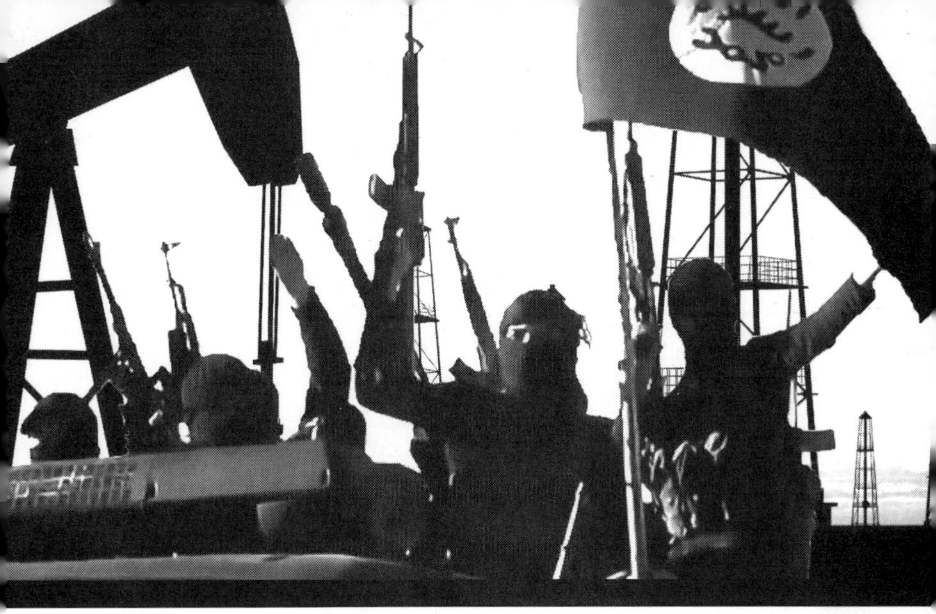

संकट आयसिसचे

आधुनिक जगातील दहशतवादाचा भीषण चेहरा

अ तु ल क हा ते

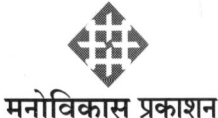

मनोविकास प्रकाशन

मनोविकास प्रकाशन

Sankat Isische । Atul Kahate
संकट आयसिसचे । अतुल कहाते

प्रकाशक । अरविंद घन:श्याम पाटकर
मनोविकास प्रकाशन
फ्लॅट नं. ३ ए, ४ था मजला,
शक्ती टॉवर, ६७२, नारायण पेठ,
पुणे - ४११ ०३०.
दूरध्वनी : ०२०-६५२६२९५०
Website: www.manovikasprakashan.com
Email: manovikaspublication@gmail.com

मुखपृष्ठ । गिरीश सहस्रबुद्धे
अक्षरजुळणी । विलास भोराडे, पुणे.
मुद्रक । श्री बालाजी एन्टरप्रायजेस, पुणे.
© सर्व हक्क प्रकाशकाधिन
प्रथमावृत्ती । १२ जानेवारी २०१६
द्वितीय आवृत्ती । २५ जानेवारी २०१७
ISBN : 978-93-85266-66-9
मूल्य । ₹ १२०

अनुक्रमणिका

मनोगत

२०१५ सालच्या नोव्हेंबर महिन्यात फ्रान्सची राजधानी असलेल्या पॅरिस शहरात दहशतवादी हल्ले झाले आणि सगळ्या जगाचा थरकाप उडाला. पाश्चिमात्य देशांमध्ये दहशतवादी हल्ले तसे नवे नाहीत; पण ओसामा बिन लादेनचा खात्मा केल्यानंतर या दहशतवादी हल्ल्यांना आळा बसेल अशी आशा सगळीकडे पसरली होती. त्यात बऱ्याच अंशी तथ्यही होतं. अशा स्थितीत या हल्ल्यांनी परिस्थिती एकदम बदलली. अचानकपणे दहशतवादाचा प्रश्न ऐरणीवर आला. 'आयसिस' या संघटनेनं या हल्ल्यांची जबाबदारी स्वीकारल्यामुळे पुन्हा एकदा या आयसिसचं नाव सगळ्यांसमोर आलं. अचानकपणे ही आयसिस कुठून उभी ठाकली, असा प्रश्नही अनेकांना पडला. या निमित्तानं आयसिसचा आढावा घेण्याचं मनात आलं आणि हे पुस्तक लिहायचं ठरवलं. तेवढ्यात 'सकाळ'च्या विनायक लिमयेंनी 'सकाळ साप्ताहिक'साठी तातडीनं एक मोठी मुखपृष्ठकथा याच विषयावर लिहायला सांगितली आणि यामुळे हा विषय मनावर अजूनच ठसला.

थोडक्यात सांगायचं तर, १ जुलै २०१४ या दिवशी 'इस्लामिक स्टेट' ऊर्फ 'आयसिस' या नावानं ओळखल्या जाणाऱ्या आणि आता साऱ्या जगाचा थरकाप उडवणाऱ्या संघटनेचा नेता अबू बक्र अल–बगदादी याचा २० मिनिटांचा ध्वनिमुद्रित केलेला संदेश काही दहशतवादी वेबसाईट्स आणि सोशल मीडियाच्या वेबसाईट्सवर झळकला. एका नव्या प्रदेशाची निर्मिती करत असल्याची घोषणा करून आपण त्या प्रदेशाचे 'खलिफ' म्हणजेच प्रमुख असल्याचं बगदादीनं या संदेशात जाहीर केलं. आपला उल्लेख 'खलिफ इब्राहिम' असा करून बगदादीनं जगभरातल्या मुसलमान लोकांना आपल्या या लढ्यात सामील होण्यासाठी एकत्र यायचं, म्हणजेच 'हिजरा करायचं' आवाहन केलं. याला ऐतिहासिक संदर्भ आहे. इस्लाम धर्मानुसार 'हिजरा करणं' म्हणजेच आपल्या धर्माच्या रक्षणासाठी आणि सेवेसाठी स्थलांतरित

होणं. आपल्या या प्रदेशात सगळ्या रंगांचे आणि भौगोलिक ठिकाणांमधले लोक असतील, असं बगदादी म्हणाला. यातला महत्त्वाचा भाग म्हणजे, हा 'प्रदेश' भौगोलिक अर्थानं असतो तसा प्रदेश नव्हता. तो काल्पनिक प्रदेश होता. म्हणून त्याला 'सत्ता' किंवा 'शासनव्यवस्था' म्हणणं जास्त योग्य ठरेल. तरीसुद्धा आपण या प्रदेशाच्या विस्ताराविषयी आग्रही असून, जर आपल्या आवाहनाला योग्य प्रतिसाद मिळाला तर आपण रोमसुद्धा जिंकून दाखवू, असा आत्मविश्वास बगदादीनं व्यक्त केला.

हा सगळा प्रकार अत्याधुनिक 'डिजिटल' तंत्रज्ञानाशिवाय घडणं अशक्यच आहे. संगणक, इंटरनेट, मोबाईल, व्हीडिओ, सोशल नेटवर्किंग या सगळ्यांचा त्यात समावेश आहे. म्हणूनच खरं म्हणजे बगदादीचा प्रयत्न खलिफ बनण्याचा नसून 'डिजिटल खलिफ' बनण्याचा आहे, असं अब्देल बरी अत्वान हा लेखक म्हणतो. अल-जझीरा, सीएनएन अशा अनेक टीव्ही वाहिन्यांवर अब्देल बरी अत्वान सातत्यानं दिसतो आणि 'गार्डियन'सारख्या वर्तमानपत्रांमध्ये नियमितपणे लिखाण करतो. त्यानं ओसामा बिन लादेनची मुलाखतही घेतली होती. आपल्या संघटनेच्या स्थापनेच्या घोषणेपासून तिच्यामध्ये काम करण्यासाठी तरुणांना भडकवण्यापर्यंतचं काम या नव्या माध्यमांद्वारे केलं जातं, असं अत्वान म्हणतो. तसंच सगळ्या जगाला आपली विलक्षण भीती बसेल अशा प्रकारचे संदेश आणि व्हिडिओ प्रसारित करण्यासाठीही हेच तंत्रज्ञान वापरलं जातं. याची पुढची पायरी म्हणजे, २०१५ सालच्या जानेवारी महिन्यात आयसिसनं अमेरिकेशी 'सायबरयुद्ध' सुरू करण्याची घोषणा केली. पेंटॅगॉन या अमेरिकी लष्कराच्या प्रमुख ठिकाणाहून चालवलं जाणारं ट्विटरचं खातं आयसिसनं काही काळ स्वत:च्या ताब्यात घेतलं. यातला विरोधाभास म्हणजे, महंमद पैगंबरांच्या नावाखाली आणि त्यांच्या तत्त्वांनुसार आपली राजवट उभी करण्याची घोषणा करणारा बगदादी अत्याधुनिक तंत्रज्ञानाच्या वापरानं हे सगळं घडवून आणत होता!

लवकरच सीरिया देशाचा निम्मा आणि इराक देशाचा एक-तृतीयांश भाग आयसिसनं गिळंकृत केला. म्हणजेच इथं मूळ सरकार नावापुरतंच राहिलं. आयसिसच इथला कारभार चालवायला लागली. भौगोलिक आकाराचा विचार केला, तर इराक हा देश साधारण ४.३७ लाख चौरस किलोमीटर्स आणि सीरिया हा देश साधारण १.८७ लाख चौरस किलोमीटर्स एवढ्या आकाराचा आहे. सोपा हिशेब लावला, तर आयसिसकडे यांपैकी सुमारे २ लाख चौरस किलोमीटर्स भागाचं नियंत्रण आहे. नॉर्दन आयर्लंडसकट इंग्लंडचं आकारमान २.४० लाख किलोमीटर्स आहे. म्हणजेच आयसिसचं साम्राज्य इंग्लंडपेक्षा ४० हजार चौरस किलोमीटर्स इतक्यानंच कमी आहे! आयसिसच्या ताब्यात असलेल्या भूमीत साधारण ६०

लाख लोक राहतात. २०१४ सालच्या ऑक्टोबर महिन्यात आयसिसनं आपलं स्वत:चं 'चलन'ही तयार केलं. तेच आता या भागांमध्ये वापरलं जातं. २०१५ सालच्या जानेवारी महिन्यात इराकच्या मोसूल शहरात आयसिसनं स्वत:ची बँक सुरू केली आणि इस्लामिक बँकिंगच्या तत्त्वांनुसार तिचा कारभार सुरू केला. इस्लामच्या तत्त्वांनुसार कर्जांवर व्याज आकारणं पाप, म्हणजेच 'हराम' असतं. आपला स्वत:चा ध्वज, स्वतंत्र पोलीस यंत्रणा, नंबर प्लेट्स हे सगळं आयसिसकडे आहे. भविष्यात कदाचित अफगाणिस्तानमधल्या तालिबानप्रमाणेच आयसिस आंतरराष्ट्रीय पातळीवर आपल्याला स्वतंत्र ओळख मिळावी यासाठी धडपड सुरू करेल; पण सध्याच्या घटनाक्रमानुसार तरी आयसिसला अशा क्षुल्लक गोष्टींमध्ये फारसा रस दिसत नाही.

आयसिसला मानणारे लोक इस्लाममधल्या 'सलाफी' संकल्पना उचलून धरतात. त्यानुसार इतके दिवस सुरू असलेलं युग संपून आता इस्लामचा विजय घडवून आणणारा काळ सुरू झाला आहे. या काळाचे तीन टप्पे असतात असं सलाफी विचारसरणी म्हणते. पहिला टप्पा सलाफी इस्लामवर सगळ्यांचा दृढ विश्वास बसण्याचा असतो. दुसरा टप्पा 'हिजरा' म्हणून ओळखला जातो. यात 'पापी' प्रदेशांमधून बाहेर पडून सगळे मुसलमान लोक 'पवित्र' भूमीमध्ये एकत्र येतात. तिसऱ्या आणि शेवटच्या टप्प्यात पवित्र धर्मयुद्ध, म्हणजेच 'जिहाद' करून इस्लामी राष्ट्र निर्माण केलं जातं. धर्माचा दुरुपयोग करण्यासाठी धडपडणाऱ्या आयसिससारख्या संघटना या तत्त्वांचा वारंवार पुनरुच्चार करत राहतात. यामधला दुसरा टप्पा आयसिसच्या दृष्टीनं खूप महत्त्वाचा आहे. तरुणांना भरीला पाडून आणि त्यांना दहशतवादाच्या मार्गानं जाणंच हिताचं आहे हे पटवून देऊन इस्लामच्या नावाखाली लढायला प्रवृत्त करणं, हे आयसिसचं मुख्य ध्येय आहे. यासाठी अनेक व्हिडिओ फ्रेमचा वापर आयसिस करतं. ठिकठिकाणांहून आलेले मुसलमान तरुण आपले पासपोर्ट अत्यानंदानं कसे जाळून टाकतात, हे त्यात दाखवलं जातं.

आयसिसनं सगळ्या जगाला खुलं आव्हान दिलेलं असलं, तरी त्याचा सामना नक्की कसा करायचा याविषयी अजून कुणाकडेच खात्रीलायक इलाज नाही. अमेरिकेच्या नेतृत्वाखाली जवळपास ६० देशांनी एकत्र येऊन आयसिसला संपवण्याचा निर्धार व्यक्त केलेला असला, तरी हवेतून आयसिसवर बॉम्ब टाकण्याखेरीज दुसरं काही करणं त्यांना अजून तरी शक्य झालेलं नाही. प्रत्यक्ष रणांगणावर आयसिसचा सामना इराकमध्ये कूर्दिश फौजा आणि सीरियामध्ये सरकार तसंच इतर टोळ्या करण्याचा प्रयत्न करताना दिसतात. आपलं सैन्य आयसिसविरोधात लढण्यासाठी पाठवण्याइतकं धाडस इतर देशांना अजून तरी करावंसं वाटलेलं नाही. मध्यपूर्व आशिया, आफ्रिका आणि आशिया इथल्या दहशतवादी संघटना

आयसिसमध्ये सामील झाल्या किंवा त्यांनी आयसिसला साथ द्यायचं ठरवलं तर काय होईल, या प्रश्नानं सगळ्या महासत्तांची झोप पूर्णपणे उडाली आहे. याखेरीज आयसिसकडून प्रशिक्षण घेऊन अनेक भडक माथ्याचे तरुण अमेरिका आणि युरोप इथल्या आपल्या स्थलांतरानंतरच्या मायदेशी परतले आणि त्यांनी तिथं दहशतवादी हल्ले सुरू केले तर काय होईल, हे आपण बघतच आहोत. २०१५ सालच्या नोव्हेंबर महिन्यात पॅरिसमध्ये झालेल्या महाभयानक प्रसंगातून याची चाहूल लागलेलीच आहे.

या आयसिसची निर्मिती मुळात झाली कशी? तिला खतपाणी कुणी घातलं? कुणाच्या इशाऱ्यावर ती नाचते? तिचा बीमोड करण्यासाठी काय केलं पाहिजे? प्रश्न असंख्य आहेत. सगळ्यांची उत्तरं आज आपल्यापाशी नसतीलही; पण किमान दहशतवाद हा धार्मिक नसतो हे समजून घेणं गरजेचं आहे. तसंच बहुतेक वेळा दहशतवादाच्या मुळाशी अर्थकारण आणि आपला दबदबा वाढवण्यासाठी मोठ्या शक्तींनी आणि महासत्तांनी खेळलेलं राजकारण असतं, हेही जाणून घेणं आवश्यक आहे. कोंबड्यांच्या झुंजींमधल्या कोंबड्यांसारखं छोट्या देशांना एकमेकांविरुद्ध झुंजवायचं, त्यांचा वापर करून घ्यायचा, आपल्या सोयीनुसार कुणाला कधी आपला मित्र म्हणायचं तर कुणाला आपला शत्रू म्हणायचं, असे प्रकार करून पाश्चिमात्य देशांनी मध्यपूर्व आशियामध्ये घातलेल्या गोंधळाचा आयसिस हा नवा परिपाक आहे, असं आपण नक्कीच म्हणू शकतो.

यामधली गुंतागुंत समजून घ्यायची असेल, तर आपल्याला अफगाणिस्तान, इराक आणि सीरिया या तीन देशांमध्ये गेल्या काही दशकांमध्ये काय घडलं हे जाणून घेणं गरजेचं आहे. त्यामधले धागे जुळवत आपण आयसिसपर्यंत पोहोचू शकतो. तोच या पुस्तकाचा प्रयत्न आहे. जगामध्ये आजूबाजूला काय सुरू आहे आणि त्याविषयी उलटसुलट बातम्या छापून येत असताना त्याच्या मुळाशी शिरून हा विषय समजून घेण्यासाठीचा हा प्रामाणिक प्रयत्न आहे. त्यात काही उणिवा शिल्लक राहिलेल्या असतील तर त्यांची पूर्ण जबाबदारी माझीच आहे.

या पुस्तकाची निर्मिती करायचं ठरल्यावर त्याच्यावर विक्रमी वेगात काम करून ते बाहेर काढण्यासाठी प्रयत्न केल्याबद्दल मी मनोविकास प्रकाशनाचा आभारी आहे. संचालक अरविंद आणि आशिष पाटकर, संपादक विभागातले रमेश दीघे, मुद्रितशोधन करणारे विलास भोराडे, उत्कृष्ट मुखपृष्ठ तयार करणारे गिरीश सहस्रबुद्धे, या सगळ्यांचा मी ऋणी आहे.

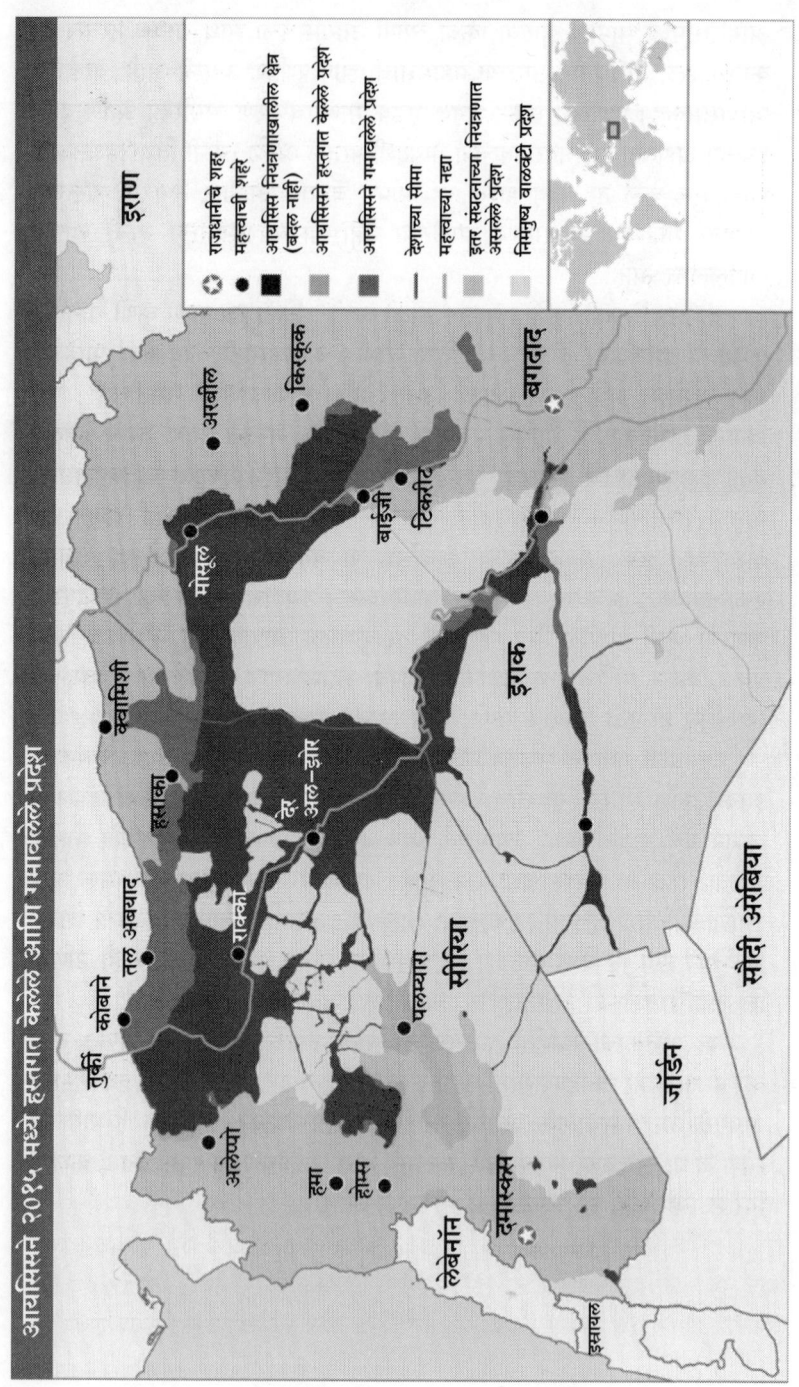

आयसिसने २०१५ मध्ये हस्तगत केलेले आणि गमावलेले प्रदेश

अफगाणिस्तान

खरं म्हणजे कित्येक शतकांपासूनच 'अफगाणिस्तान' हे नाव घेतलं की खूप दूरच्या आणि एकाकी प्रदेशाचं चित्र आपल्या नजरेसमोर उभं राहतं. मोठमोठ्या पर्वतराशींनी वेढलेल्या अफगाणिस्तानमध्ये स्थानिक टोळ्यांचं राज्य मोठ्या प्रमाणावर असतं. अफगाणिस्तानवर चाल करून येणाऱ्या परकीय शक्तींवर अफगाण लोक त्वेषानं तुटून पडतात, असा पूर्वीपासून चालत आलेला इतिहास आहे. अफगाणिस्तानमध्ये पूर्वीपासून अनेक देशांनी आक्रमण करायचे प्रयत्न केले आणि दर वेळी अफगाणी लोकांनी या प्रयत्नांना हाणून पाडण्यासाठी शिकस्त केली. १८४२ साली ब्रिटिशांच्या नेतृत्वाखालच्या १६ हजार सैनिकांना अफगाणी लोकांनी पराभूत केलं होतं. एकोणिसाव्या शतकात ब्रिटिश आणि रशियन वर्चस्ववाद्यांनी अफगाणिस्तानवर आपलं वर्चस्व प्रस्थापित करण्यासाठी बरेच प्रयत्न केले. खरं म्हणजे, इतर अनेक देशांच्या तुलनेत अफगाणिस्तानमध्ये तेल, धातू, खनिजं, सुपीक जमीन, नैसर्गिक साधनसंपत्ती यातलं काहीच नाही; पण भौगोलिकदृष्ट्या अफगाणिस्तानचं स्थान आंतरराष्ट्रीय पातळीवर खूप महत्त्वाचं आहे. भारत, पाकिस्तान, इराण, मध्य आशिया तसंच चीन या देशांकडे जाणारे अधिकृत आणि अनधिकृत मार्ग अफगाणिस्तानमध्ये बरेच आहेत. त्यामुळे अफगाणिस्तानवर आपलं वर्चस्व असणं किंवा किमान या देशाशी मैत्रीपूर्ण संबंध असणं अनेक देशांना महत्त्वाचं वाटतं.

पहिल्या दोन्ही महायुद्धांमध्ये अफगाणिस्ताननं आपल्या इतिहासाला साजेशी अशी तटस्थ भूमिका घेतली. दुसऱ्या महायुद्धानंतर अमेरिका आणि सोविएत युनियन यांच्यामध्ये सुरू झालेल्या शीतयुद्धामध्ये पडायचं नाही आणि कुणाचीच बाजू घ्यायची नाही यासाठी अफगाणी नेत्यांनी खूप प्रयत्न केले. १९७३ साली अफगाणिस्तानमध्ये तरुणाईनं घडवून आणलेल्या क्रांतीत राजसत्ता उलथवून टाकली

आणि राष्ट्राचं पुनर्निर्माण करण्यासाठी सोविएत युनियन आणि अमेरिका या दोघांकडूनही मदतीचा स्वीकार केला. १९७९ साली डाव्या विचारसरणीच्या आघाडीनं परत एकदा अफगाणिस्तानमध्ये सत्तांतर घडवलं. पण सत्तेवर आल्यानंतर या आघाडीनं बऱ्याच सामाजिक सुधारणा घडवून आणण्याचा प्रयत्न केल्यामुळे तसंच सोविएत युनियनशी जवळीक साधल्यामुळे देशात अशांततेचं वातावरण निर्माण झालं. अनेक अफगाणी लोक सोविएत युनियनला वर्चस्ववादी आणि मुस्लिमांना विरोधक मानायचे. हेरात नावाच्या गावात समाजसुधारणेचा भाग म्हणून महिलांना साक्षरतेच्या मोहिमेमध्ये सहभागी करून घ्यायचा प्रयत्न सुरू असताना भडकलेल्या अफगाणी लोकांनी अनेक सोविएत पुरुष, स्त्रिया तसंच लहान मुलं यांना ठार केलं आणि त्यांच्या मृतदेहांचं ओंगळवाणं प्रदर्शन करणारी एक परेड काढली. यामुळे भडकलेल्या सरकारनं सोविएत युनियनच्या मदतीनं बॉम्बहल्ल्याचं प्रत्युत्तर दिलं. त्यात तब्बल २० हजार लोक दगावले.

तिकडे इराणमध्ये क्रांती घडून कट्टर इस्लामी विचारसरणीचा जोरदार पगडा बसला होता. याचा फायदा घेऊन सोविएत युनियन आता अफगाणिस्तानमधला आपला पाया अजून मजबूत करेल आणि मध्यपूर्व आशियामधल्या तेलावरही आपला कब्जा करेल, अशी भीती अमेरिकेला वाटत होती. दुसरीकडे इराणमधल्या क्रांतीच्या धर्तीवर अफगाणिस्तानमध्येसुद्धा क्रांतीचे वारे वाहतील आणि तिथेसुद्धा कट्टर मुस्लिमांचं वर्चस्व प्रस्थापित होईल, अशी भीती सोविएत युनियनला वाटत होती. सोविएत युनियनच्या अफगाणिस्तानमधल्या लुडबुडीला वैतागून काही आक्रमक अफगाण टोळ्यांनी त्यादृष्टीनं प्रयत्न सुरू केले होते. त्यामुळे सोविएत युनियननं अफगाणिस्तानच्या भोवतालचा आपला विळखा आणखी घट्ट करायचा निर्णय घेतला. त्यामुळे १७ मार्च १९७९ या दिवशीच्या आपल्या सहकाऱ्यांच्या बैठकीत युरी अँड्रोपोव्ह या 'केजीबी' या रशियन गुप्तचर संस्थेच्या प्रमुखानं, कुठल्याही परिस्थितीत अफगाणिस्तानवरची आपली पकड कमजोर होता कामा नये असं सांगितलं आणि या संदर्भात एकदम कठोर भूमिका स्वीकारायचे आदेश दिले. अफगाणिस्तानमधल्या हालचालींवर अमेरिकेचं बारीक लक्ष होतं. सोविएत युनियनच्या विरोधात अफगाणिस्तानमधल्या स्थानिक आक्रमक टोळ्यांचं आक्रमण सुरू होताच सीआयएनं हळूच त्याला पाठिंबा द्यावा असं ठरलं. अफगाणिस्तानचं सरकार आणि सोविएत युनियन यांच्या विरोधातली बंडखोरी जितकी वाढेल आणि जितका जास्त काळ हे यादवी युद्ध सुरू राहील तितका जास्त काळ सोविएत युनियनला अफगाणिस्तामध्ये आपलं सैन्य ठेवावं लागेल आणि तिची खूप ताकद यात खर्ची होऊन ती जर्जर होईल, असा अमेरिकेचा अंदाज होता.

यातून सीआयएनं अफगाणिस्तानमधल्या बंडखोरांना पाठिंबा द्यायचं ठरवलं. सीआयएच्या इतिहासामधल्या सगळ्यात मोठ्या प्रकल्पांपैकी एक म्हणून अफगाणिस्तानकडे बघता येईल. आज सीआयएच्या या कामगिरीला काही जण यशस्वी म्हणतात; तर काही जण सीआयएच्या या कारवाईमुळे अमेरिकेसमोर खूप नवे प्रश्न उभे राहिले असल्याचं मानतात. सीआयएच्या इतिहासातला हा सगळ्यात दीर्घकालीन आणि खर्चिक प्रकल्प ठरला. तसंच सुरुवातीला या लढाईत अमेरिकेची सरशी झाल्याचं चित्र निर्माण झालं असलं, तरी नंतरच्या काळामधल्या घटनाक्रमामुळे उलट अमेरिकेचं नुकसानच जास्त झाल्याचं मानलं जातं. अफगाणिस्तानमध्ये सरकार तसंच सोविएत युनियनचे सैनिक यांच्याशी गनिमी काव्यानं लढायचं, तर त्यासाठी अफगाणी सीमेपलीकडून यशस्वीपणे लपूनछपून हल्ले करायची क्षमता संबंधित लोकांमध्ये असणं गरजेचं होतं. अफगाणिस्तानमधल्या बंडखोरांना मदत पुरवायची तर त्यासाठी अफगाणिस्तानच्या एखाद्या शेजारी देशानंही यात सहभागी होणं गरजेचं होतं. या कामासाठी पाकिस्तानची मदत घ्यायचं अमेरिकेनं ठरवलं. व्हिएतनाम युद्धामधल्या नामुष्कीनं निराश झालेल्या अमेरिकेला अफगाणिस्तानमध्ये सोविएत युनियननं सुरू केलेल्या घोडदौडीनं आणखीनच बेचैन करून सोडलं असल्यामुळे, सीआयएच्या या प्रकल्पाला अमेरिकेमध्ये जोरदार पाठिंबा होता.

या घटनाक्रमाच्या दोन वर्षं आधी १९७७ साली पाकिस्तानमध्ये झिया-उल-हक या लष्करी अधिकाऱ्यानं कट रचून झुल्फिकार अली भुट्टोच्या हातून सत्ता खेचून घेतली होती. झियानं अणुबॉम्ब तयार करणं आणि इस्लामच्या तत्त्वांचा प्रचार करणं या गोष्टी मोठ्या प्रमाणावर सुरू केल्या. अमेरिकेनं पाकिस्तानला अफगाण मोहिमेमधला आपला साथीदार बनवायची तयारी सुरू केलेली असताना झियानं भुट्टोवर खटला चालवून त्याला फासावर लटकावून टाकलं. अशा पार्श्वभूमीच्या झियाला आपला मदतनीस बनवण्यात अमेरिकेला काहीही वावगं वाटलं नाही. पाकिस्तान या कामात अमेरिकेला मदत करेल, असं झियानं सशर्त सांगितलं. अमेरिकेनं अफगाणिस्तानमधल्या बंडखोरांना थेट शस्त्रास्त्रं न पुरवता ती पाकिस्तानच्या 'इंटर सर्व्हिसेस इंटेलिजन्स (आयएसआय)' या गुप्तचर संस्थेला द्यावीत आणि आयएसआय ही शस्त्रास्त्रं अफगाणी बंडखोरांना पुरवेल, अशी अट झियानं घातली. याखेरीज एकाही अमेरिकन माणसानं अफगाणिस्तानमध्ये प्रवेश करू नये आणि तिथल्या बंडखोरांशी कोणत्याही प्रकारे थेट संपर्क साधू नये, अशीही झियाची मागणी होती. सीआयएनं पुरवलेले पैसे आणि शस्त्रास्त्रांचे साठे यांचं वाटप अफगाणिस्तानमधल्या कुठल्या बंडखोर नेत्यांना करायचं याचा निर्णय आयएसआय घेणार होती. या सगळ्याला सीआयएनं मान्यता

दिली. थोडक्यात सांगायचं तर, अफगाणिस्तानमधल्या आपल्या कारवाईमधला 'सब कॉंट्रॅक्टर' असा दर्जा अमेरिकेनं पाकिस्तानला दिला.

सीआयए आणि पाकिस्तान यांच्यात हा अलिखित करार झाला, तेव्हा १९७९ सालच्या मध्यावरच्या या काळात अफगाणिस्तानमधले वारे एकदम वादळी झाले होते. एके काळी कोलंबिया विद्यापीठात शिकलेल्या हफिझुल्ला अमीन याच्याकडे अफगाणिस्तानची सूत्रं आली होती. अमीन सोविएत युनियनशी मैत्रीपूर्ण संबंध ठेवत असला, तरी तो अमेरिकन पदाधिकाऱ्यांनाही भेटायला लागल्यामुळे सोविएत नेत्यांच्या मनात शंकाकुशंका यायला लागल्या. त्यामुळे २६ नोव्हेंबर १९७९ या दिवशीच्या एका बैठकीत अमीनचा खातमा करून आपल्याला अनुकूल असलेला नेता अफगाणिस्तानच्या सर्वोच्चपदी नेमला जावा यासाठीचा कट सोविएत युनियननं रचला. ठरल्याप्रमाणे हजारो सोविएत सैनिक भूमार्गानं तसंच हवाई मार्गानं काबूलमध्ये नाताळाच्या आदल्या दिवशी चालून आले. दुसऱ्या दिवशी सकाळी सोविएत रणगाडेही दाखल झाले. केजीबी या रशियाच्या गुप्तचर संघटनेच्या लोकांनी अमीनच्या राजवाड्यामध्ये घुसून त्याला ठार केलं आणि आपल्या ताटाखालचं मांजर असलेला माणूस अफगाणिस्तानच्या प्रमुखपदी नेमला. त्यामुळे आता अफगाणिस्तान फक्त सोविएत युनियनला अनुकूल असलेला देश नसून, सोविएत युनियनच्या लष्करी सामर्थ्यापुढे झुकलेला आणि तिच्या तालावर नाचणारा देश झाला.

या घटनाक्रमाचे पडसाद अमेरिकेमध्ये अगदी लगेचच उमटले. इतके दिवस अप्रत्यक्षपणे सोविएत युनियनच्या प्रभावाखाली असलेल्या अफगाणिस्तानमध्ये आपलं महत्त्व वाढवायचा प्रयत्न करत असलेल्या अमेरिकेला, आता आपल्याला थेट सोविएत युनियनचा सामना करावा लागणार, याची जाणीव झाली. अमेरिकन राष्ट्रपती जिमी कार्टरच्या राष्ट्रीय सुरक्षा सल्लागारानं फक्त दोन दिवसांमध्येच या संदर्भातला अहवाल सादर केला. त्यात सोविएत युनियनचं अफगाणिस्तानमध्ये वाढत असलेलं महत्त्व कमी करण्यासाठी अमेरिकेनं आवश्यक ती सगळी पावलं उचलली पाहिजेत, असं म्हटलं होतं. तसंच या कामामध्ये पाकिस्तानची मदत घेण्यासाठी आणखी अर्थसाहाय्य करायची गरज भासेल, असा अंदाजही व्यक्त करण्यात आला होता. कार्टर आणि त्याच्या पाठोपाठ १९८१ साली राष्ट्रपतीपदावर आलेला रीगन या दोन्ही राष्ट्रपतींनी या डावपेचांना मंजुरी दिली. रीगननं तर यापुढे जाऊन पाकिस्तानला, अमेरिकेच्या साम्राज्यवादाच्या प्रसारामधला महत्त्वाचा भागीदार, असा दर्जा दिला आणि झियाच्या अनेक उद्योगांकडे साफ दुर्लक्ष करायचं धोरण राबवलं. १९८० च्या दशकात अमेरिकेनं पाकिस्तानमध्ये ६०० कोटी डॉलर्सपेक्षा जास्त रक्कम ओतली! अफगाणिस्तानमधल्या बंडखोरांना पुरवण्यात

आलेल्या मदतीचा आकडा १९८१ सालातल्या ३ कोटी डॉलर्सवरून वर जात तीनच वर्षांमध्ये जवळपास त्याच्या सातपट झाला. अर्थातच अमेरिकेची मदत अफगाणिस्तानमध्ये थेट जात नव्हती. ही मदत आयएसआयच्या माध्यमातून पुढे दिली जाई. त्यामुळे झियाला अनुकूल असलेल्या अफगाणी बंडखोरांची चंगळ असे. झियाचा पाकिस्तानच्या तसंच जगाच्या इस्लामीकरणावर भर असल्यामुळे, कट्टर इस्लामी तत्त्वांवर विश्वास असलेल्या अफगाणी बंडखोरांच्या दृष्टीनं हे चांगले दिवस होते. यात गुलबेदिन हिकमतियारसारख्या अमली पदार्थांच्या व्यापारात गुंतलेल्या कट्टर इस्लामी माणसाचाही समावेश होता. कहर म्हणजे, हा हिकमतियार अमेरिकेचा सातत्यानं निषेध करायचा आणि अमेरिकन लोकांना यमसदनी धाडायची भाषा करायचा, हे अमेरिकेलाच माहीत नसायचं. अत्यंत क्रूर असलेल्या हिकमतियारची खासीयत म्हणजे, जिवंत कैद्यांची त्वचा सोलून काढण्याचा महाक्रूर प्रकार करण्याची पद्धत.

हिमकतियारसारख्या लोकांना अब्दुल हकचा खूप विरोध होता. हक प्रखर राष्ट्रवाद आणि आधुनिक विचारसरणी यांचा पुरस्कर्ता होता. मान्यवर कुटुंबात जन्मलेला हक २० वर्षांचा असताना एका बंडखोर कारवाईमध्ये सामील झाल्यामुळे त्याला १९७८ साली काबूलमधल्या तुरुंगात ठेवण्यात आलं. त्याच्या कुटुंबीयांनी संबंधित लोकांना लाच देऊन त्याची सुटका करून घेतली; पण १९७९ साली सोविएत युनियननं अफगाणिस्तानमध्ये घुसखोरी केल्यावर हक परत एकदा बंडखोरीकडे वळला. या खेपेला हकनं खूपच यश मिळवलं. त्यात काबूलमधला सोविएत सैन्याचा दारुगोळ्याचा मोठा साठा नष्ट करणं, तसंच २०० सोविएत वाहनांचा ताफा बेचिराख करणं अशा मोठ्या कारवायांचाही समावेश होता. असं असूनही आयएसआय किंवा सीआयए यांचा हकवर फारसा विश्वास नव्हता, कारण तो स्वतःला हवं तेच करतो, अशी त्यांची समजूत झाली होती. याशिवाय हक धर्मांध नसल्यामुळे आणि त्याचा पाश्चिमात्य संस्कृतीला विरोध नसल्यामुळे आयएसआयचीसुद्धा त्याच्यावर मर्जी बसली नाही. अहमद रशीद नावाच्या ख्यातनाम पत्रकारानं मात्र आपल्या लिखाणात हकचं खूप कौतुक केलं. अमेरिकन सरकारमधल्या काही प्रभावशाली लोकांनाही सीआयएनं हिकमतियारसारख्या माणसाला पाठिंबा द्यावा आणि हकला फारसं महत्त्व देऊ नये याचं प्रचंड आश्चर्य वाटलं. दरम्यान आपण मुजाहिदीन लोकांना आणखी आर्थिक मदत केली आणि इतर साहाय्य पुरवलं तर हे मुजाहिदीन लोक अफगाणिस्तानमध्ये सोविएत युनियनला नमवू शकतील, असं रीगन प्रशासनाला वाटायला लागलं. या कामात अमेरिकेनं सौदी अरेबियाची मदत घ्यायचं ठरवलं.

सौदी अरेबिया पाकिस्तानला आधीपासूनच मदत करत होता. पाकिस्तानमध्ये

स्थानिक लोकांसाठी तसंच अफगाणिस्तानमधून तिथं आलेल्या निर्वासितांसाठी धार्मिक शिक्षण देणारे मदरसे उघडण्यासाठी सौदी अरेबिया आर्थिक मदत करत होता. तसंच कट्टर इस्लामी विचारसरणीच तिथल्या मुलांमध्ये पक्की रुजावी यासाठी सौदी अरेबियानं हजारो मुल्ला, कुराणमधले तज्ज्ञ आणि धार्मिक शिक्षक धाडून दिले. याच्या मोबदल्यात सौदी राजघराण्याचं संरक्षण करण्यासाठी पाकिस्तानी लष्कर आपले सैनिक सौदी अरेबियामध्ये पाठवून देत असे. पाकिस्तान सौदी सैनिकांना लष्करी प्रशिक्षण देई. स्वत: झिया-उल-हकनंही अनेक सौदी सैनिकांना असं प्रशिक्षण दिलं होतं. याशिवाय सौदी अरेबियाकडून पाकिस्तानला तेल मिळे. सौदी अरेबिया आणि पाकिस्तान यांना एकमेकांच्या मदतीचा मोठा आधार वाटत असे. मध्यपूर्व आशियामध्ये इराण तसंच इतर शत्रूंशी लढण्यासाठी पाकिस्तानची मदत मोलाची आहे, असं सौदी अरेबियाचं मत होतं. तसंच भारताच्या विरोधात लढण्यासाठी सौदी मदत महत्त्वाची आहे, असं पाकिस्तानचं मत होतं. अमेरिकेला अर्थातच सौदी अरेबिया आणि पाकिस्तान यांच्याशी काही देणंघेणं नव्हतं. आशियामध्ये सोविएत युनियनचं वर्चस्व वाढू नये आणि साम्यवादाला आळा बसावा यासाठी सौदी अरेबिया आणि पाकिस्तान यांची एकत्रित ताकद अमेरिकेला महत्त्वाची वाटे. याशिवाय सौदी तेलावर तर अमेरिकेचा केव्हापासूनच डोळा होता. याचा फायदा घेऊन अफगाणिस्तानमध्ये मदत करण्याविषयीची विचारणा रीगन प्रशासनानं सौदी राजाकडे केली. यातून आपला मित्र झिया याचं स्थान पक्कं करणं, अफगाणिस्तानमध्ये मूलतत्त्ववाद रुजवणं आणखी सोपं होणं आणि आपले अमेरिकेशी असलेले संबंध आणखी घट्ट होणं, असे अनेक फायदे असल्यामुळे सौदी अरेबिया या व्यवहारासाठी आनंदानं तयार झाला. मुजाहिदीन लोकांना अमेरिकेएवढीच आर्थिक मदत करायला आपण तयार असल्याचं सौदी राजानं अमेरिकेला सांगितलं. १९८६ आणि १९८७ या वर्षी अमेरिकेनं मुजाहिदीन लोकांना अनुक्रमे ४७ आणि ६३ कोटी डॉलर्सची मदत केली. सौदी अरेबियानंही तेवढीच रक्कम आपल्या खिशातून ओतली. याच काळात पाकिस्तान आणि अफगाणिस्तान यांच्यामधल्या सीमारेषेवर घडलेल्या गोष्टींनी पुढचा घटनाक्रम सगळ्या जगावर परिणाम करणारा ठरवला.

अमेरिकेनं सीआयएच्या मार्फत खूप मोठा आर्थिक निधी अफगाणिस्तानपर्यंत पोहोचवलेला असला, तरी तो नक्की कुणापर्यंत जावा हे पाकिस्तान ठरवायचा. अमेरिका आणि पाकिस्तान यांची ध्येयं पूर्णपणे वेगळी होती. इस्लामी कट्टरवाद फोफावणाऱ्या लोकांनाच फक्त मदत करायची, असं पाकिस्तानचं धोरण होतं. डाव्या, धर्मनिरपेक्ष किंवा राष्ट्रीयत्वाच्या भूमिकेतून काम करणाऱ्या मुजाहिदीन लोकांना मदत करण्यात पाकिस्तानला अजिबात रस नव्हता. उलट, अशा लोकांचं

खच्चीकरण कसं करता येईल यासाठीची संधीच ते शोधत होते. साहजिकच एका धर्मनिरपेक्ष अफगाणी माणसानं अमेरिकेला, ती आपल्याच शत्रूंना पाकिस्तानच्या हातातून पोसत असल्याचा गंभीर इशारा दिला होता. अफगाणिस्तानमधल्या युद्धाची व्याप्ती वाढत गेल्यावर आंतरराष्ट्रीय पातळीवरसुद्धा त्याचे चटके बसायला लागले. लेबेनॉनच्या बैरुत शहरात अतिरेक्यांनी एक विमान आपल्या ताब्यात घेतलं आणि त्यामधल्या एका अमेरिकन माणसाचा खून केला. यानंतर काही महिने उलटून गेल्यावर काही पॅलेस्टिनियन अतिरेक्यांनी एक जहाज आपल्या ताब्यात घेऊन त्यामधल्या ज्यू वंशाच्या अमेरिकन स्त्रीची हत्या केली. व्हिएन्ना तसंच रोम इथल्या विमानतळांवर गोळीबार करून काही लोकांना ठार करण्यात आलं. लेबेनॉनमध्ये अतिरेक्यांनी स्थानिक सीआयए प्रमुखाला पकडून त्याचे हाल-हाल करून त्याचा शेवट केला. या सगळ्या बातम्यांना जागतिक पातळीवर अर्थातच प्रचंड प्रसिद्धी मिळाली. खरं म्हणजे त्यातून अमेरिकेनं धडा घ्यायला हवा होता. आपण अफगाणिस्तानमध्ये अतिरेकी विचारसरणीच्या लोकांना पोसण्यातून आपल्याच नाकात दम आणू शकेल असा महाराक्षस उभा करत असल्याची कल्पना अमेरिकेला यायला हवी होती. पण तसं घडलं नाही. अमेरिकेनं यातून कुठलाच शहाणपणा शिकायचा नाही असं ठरवलेलं असावं.

सीआयएच्या मदतीनं पाकिस्तानमध्ये लष्करी प्रशिक्षण देणारी केंद्रं उभी करण्यात आली. यातून बाहेर पडणारे अतिरेकी नुसतेच लढायला तयार नसायचे, तर त्यांच्यावर कट्टर इस्लामीकरणाचे संस्कारही झालेले असायचे. त्यातून अफगाणिस्तानमध्ये सुरू असलेलं युद्ध हे इस्लाम आणि इस्लामविरोधी सोविएत युनियन यांच्यात सुरू आहे, असा विचार त्यांच्या मनावर पक्का कोरलेला असायचा. साहजिकच हे अतिरेकी धर्माच्या नावावर काहीही करायला तयार झालेले असायचे. सौदी राष्ट्रीयत्व असलेला आणि कोट्यधीश असलेला ओसामा बिन लादेन हा याच अतिरेक्यांपैकी एक होता. बिन लादेन प्रभावशाली होण्यामागेसुद्धा अमेरिकेचाच हातभार लागला होता. इतिहासाकडे डोकावून बघितलं, तर १९५० च्या दशकामध्ये साम्यवादाशी लढण्यात असलेल्या प्रयत्नांचा एक भाग म्हणून अमेरिकेनं सौदी अरेबियाला आपल्या हाताशी धरण्याचं कारण यामागे होतं. १९५२ साली जमाल अब्दुल नासर यानं इजिप्तमध्ये सत्तेवर आपला कब्जा प्रस्थापित करून देशाला प्रगतीपथावर नेण्याचे आपले मनसुबे जाहीर केले. सुवेझ कालव्याचं राष्ट्रीयीकरण करण्यासारख्या कृतींमुळे नासर अमेरिकाविरोधी असल्याचं मत पसरलं. साहजिकच नासर साम्यवादी आहे असं अमेरिकेला वाटायला लागलं. त्यामुळे मध्यपूर्व आशियामधल्या आपल्या साम्राज्याला धोका पोहोचू नये आणि तिथं साम्यवाद फोफावू नये यासाठी नासरच्या विरोधात

अमेरिकेनं सौदी अरेबियाला मदत पुरवायचं ठरवलं. मक्का आणि मदिना ही मुसलमान लोकांच्या दृष्टीनं पवित्र असलेली स्थळं सौदी अरेबियामध्ये आहेत. साहजिकच त्यांचं महत्त्व वाढवलं, की आपोआपच सौदी अरेबियाचं मुसलमान लोकांच्या नजरेतलं स्थानही आणखी महत्त्वाचं ठरेल, असं अमेरिकेला वाटत होतं. त्यामुळे मक्काला जाणाऱ्या यात्रेकरूंना सोयीचा असलेला रेल्वेमार्ग तयार करण्यासाठी अमेरिकेनं ५ लाख डॉलर्सची घसघशीत मदत केली. सौदी राजा इब्न सौद यानं मक्कामधल्या पवित्र मशिदीचं नवनिर्माण करण्याचं काम येमेनमधला बांधकाम क्षेत्रामधला दादा समजला जाणारा शेख महंमद बिन लादेन याला दिलं. या कामातून मिळालेल्या घसघशीत उत्पन्नामुळे बिन लादेन कुटुंब अजूनच प्रचंड श्रीमंत झालं. हा महंमद बिन लादेन म्हणजे ओसामा बिन लादेनचा पिता होता. त्यानं अनेक स्त्रियांशी लग्न करून एकंदर ५७ अपत्यांना जन्म दिला. ओसामा बिन लादेनचा त्यामधला क्रमांक सतरावा होता. ओसामा बिन लादेनची आई सौदी अरेबियामधली होती. १९५७ सालच्या सुमाराला जन्मलेल्या ओसामा बिन लादेननं सुरुवातीला जेद्दामधल्या किंग अब्दुल अझीझ युनिव्हर्सिटीमधून एमबीएची पदवी घ्यायचं ठरवलं असलं, तरी लवकरच त्यानं आपलं लक्ष इस्लामच्या अभ्यासाकडे वळवलं. जवळपास साडेसहा फूट उंचीचा बिन लादेन लांब दाढी आणि लांबलचक हातपाय यांच्यामुळे सगळ्यांचं लक्ष आपल्याकडे वेधून घ्यायचा.

ओसामा बिन लादेनच्या वडिलांनी अफगाणी लोकांच्या सोविएत युनियनच्या विरोधातल्या लढ्याला अर्थसाहाय्य पुरवलं होतं. त्यामुळे या लढ्यात ओसामा बिन लादेननं उतरायचं ठरवल्यावर त्याच्या कुटुंबीयांनी त्याला पाठिंबा दिला. प्रथम १९८० साली ओसामा बिन लादेन पेशावरमध्ये अफगाणी लढवय्यांना भेटायला म्हणून गेला. त्यानंतर सौदी अरेबियामधून तो वारंवार अफगाणी लढ्यासाठी आर्थिक मदत घेऊन येई. १९८२ साली ओसामा बिन लादेननं पेशावरमध्येच स्थायिक व्हायचं ठरवलं. १९८६ साली पाकिस्तान आणि अफगाणिस्तान यांच्यामधल्या सीआयएच्या आर्थिक मदतीनं बांधल्या जात असलेल्या भुयारी मार्गाच्या कामात बिन लादेननं महत्त्वाची भूमिका निभावली. या भुयारी मार्गात शस्त्रास्त्रं लपवणं, जखमी झालेल्या मुजाहिदीन लोकांवर उपचार करणं, तसंच नव्यानं भरती झालेल्या तरुणांना प्रशिक्षण देणं अशा प्रकारची कामं केली जात. इथंच बिन लादेननं स्वत:चा पहिला प्रशिक्षण वर्ग सुरू केला. या कामासाठीची शस्त्रास्त्रं अमेरिकेकडून मिळायची, तर अर्थसाहाय्य सौदी अरेबियाकडून दिलं जायचं.

आपल्या वयाच्या विशीत असताना १९८० च्या दशकामध्ये अफगाणिस्तानमध्ये येऊन बिन लादेन या 'धर्मयुद्धात' उतरला. आयएसआयचा

पाठपुरावा करून त्यानं थोड्या दिवसांमध्येच बाहेरून येणाऱ्या लोकांना प्रशिक्षण द्यायचं काम स्वत:कडे घेतलं. जगभरातल्या अतिरेक्यांना भेटून त्यांना प्रशिक्षित करायचं हे काम बिन लादेनच्या दृष्टीनं अगदी आदर्शवत होतं. तब्बल २८ इस्लामी देशांमधून हे तरुण बिन लादेनच्या प्रशिक्षण केंद्रात दाखल व्हायचे. एकंदर जवळपास ५० हजार लोक यात सहभागी झाले. अफगाणिस्तामध्ये प्रवेश करण्यापूर्वीचं ओसामा बिन लादेनचं आयुष्य अजिबातच सनसनाटी नव्हतं.

१९९० साली अफगाणी लढ्यामध्ये सहभागी होण्यासाठी आपल्या प्रशिक्षण केंद्रांमध्ये भरती होणारे तरुण, तसंच आधीपासून कट्टर भूमिका घेतलेले लोक, अशा सगळ्यांमध्येच एकवाक्यता नसल्यामुळे, तसंच त्यांच्यामधले मतभेद विकोपाला जात असल्यामुळे बिन लादेन वैतागून गेला. हा सगळा उद्योग सोडून आपल्या कौटुंबिक व्यवसायात पडायचं त्यानं ठरवलं आणि त्यासाठी तो सौदी अरेबियामध्ये परतला. अफगाणिस्तानमध्ये लढणाऱ्या तसंच तिथं मृत्युमुखी पडलेल्या सैनिकांच्या कुटुंबीयांना त्यानं आर्थिक मदत केली. इराकनं कुवेतवर आक्रमण केल्यावर कुवेतच्या रक्षणासाठी माजी अफगाणी सैनिकांची एक फळी तिथं धाडावी आणि कुवेतचा बळी जाऊ देऊ नये अशी मागणी बिन लादेननं सौदी राजघराण्याकडे केली; पण बिन लादेनच्या म्हणण्याकडे दुर्लक्ष करून सौदी राजानं या कामामध्ये अमेरिकेची मदत मागितली. बिन लादेनच्या दृष्टीनं हा मोठा धक्काच होता. त्यानं सौदी राजवटीची जाहीर निंदा करून सौदी भूमीवर बाहेरून येत असलेल्या बिगरमुसलमान लोकांच्या विरोधात फतवा जारी करण्याचं जोरदार आवाहन सौदी धर्मगुरूंना केलं. प्रत्यक्षात तसं घडलं नाही. तसंच कुवेतला इराकच्या तावडीतून मुक्त करायचं काम झाल्यावरसुद्धा सुमारे २० हजार अमेरिकन सैनिक सौदी भूमीवर ठिय्या मांडून बसले. यामुळे बिन लादेनची सौदी अरेबिया तसंच अमेरिका यांच्या विरोधातली टीका आणखी प्रखर झाली. १९९२ साली बिन लादेननं सौदी गृहमंत्र्याची भेट घेऊन त्याच्यावरही जोरदार टीका केली. यामुळे सौदी राजानं बिन लादेनला सौदी अरेबियामधून हाकलून द्यायचा निर्णय घेतला. तरीही बिन लादेनच्या सौदी राजघराण्यामधल्या राजाच्या विरोधातल्या इतर लोकांच्या ओळखींमुळे असं घडलं नाही. दरम्यान बिन लादेनचे सौदी गुप्तचर यंत्रणा तसंच पाकिस्तानची आयएसआय यांच्याशी असलेले संबंध आणखी घनिष्ठ होत गेले. १९९२ साली बिन लादेन सुदानमध्ये सुरू असलेल्या इस्लामी क्रांतीमध्ये भाग घेण्यासाठी गेला. तिथंही त्यानं सौदी राजवटीच्या विरोधातली आपली जहरी टीका सुरूच ठेवली. शेवटी १९९४ साली सौदी राजानं वैतागून बिन लादेनचं सौदी अरेबियाचं नागरिकत्व रद्द करून टाकलं. सुदानमध्ये असताना बिन लादेननं माजी अफगाणी सैनिकांना सौदी भूमीवर

अमेरिकन सैनिक कायम राहिल्याबद्दल खूप भडकावलं आणि आपल्या बाजूनं वळवलं. त्यामुळे अमेरिका आणि सौदी अरेबिया यांनी सुदानवर बिन लादेनची हकालपट्टी करण्यासंबंधी दबाव टाकला; आणि सुदानसमोर त्याप्रमाणे वागण्याशिवाय दुसरा पर्यायच नसल्यामुळे सुदाननं बिन लादेनला आपला मोर्चा दुसरीकडे वळवायला सांगितलं. १९९६ सालच्या मे महिन्यात अनेक अतिरेकी, आपले अंगरक्षक, आपल्या तीन बायका आणि त्यांच्यापासून झालेली तेरा मुलं अशा सगळ्या पसाऱ्यासह बिन लादेन अफगाणिस्तानच्या जलालाबाद शहरात आला. त्याच वर्षीच्या सप्टेंबर महिन्यात तालिबाननं काबूल आणि जलालाबाद या शहरांवर आपलं वर्चस्व प्रस्थापित करेपर्यंत बिन लादेन स्थानिक लोकांच्या संरक्षणाखाली राहिला. ऑगस्ट महिन्यातच त्यानं सौदी अरेबियाच्या भूमीवरून आपला मुक्काम न हलवणाऱ्या अमेरिकन लोकांच्या विरोधातला आपला पहिला फतवा जारी केला. लवकरच मुल्ला उमरशी दोस्ती करून त्यानं तालिबानच्या संरक्षणाखाली १९९७ साली कंदहारमध्ये आपला मुक्काम हलवला. यात पाकिस्तानचा मोठा हात होता. कारण बिन लादेन ज्या प्रशिक्षण केंद्रांमध्ये अतिरेक्यांना शिकवत असे, ती प्रशिक्षण केंद्रं आपल्याला काश्मिरमध्ये दहशतवाद माजवणाऱ्या अतिरेक्यांना प्रशिक्षित करण्यासाठी वापरता येतील, याची पाकिस्तानला कल्पना होती. तालिबानच्या ताब्यात असलेली ही प्रशिक्षण केंद्रं आपल्या कब्जात यावीत यासाठी सगळीकडे इस्लामच्या नावाखाली हल्ले झाले पाहिजेत, असं गाजर दाखवून आणि बिन लादेनच्या संपत्तीची भुरळ पाडून पाकिस्ताननं तालिबानकडून हे काम करून घेतलं. तोपर्यंत बिन लादेन आपल्याला डोईजड होऊ शकतो याची कल्पना असलेल्या सीआयएनं त्याच्यावर लक्ष ठेवण्यासाठी एका खास टीमची स्थापना केली होती. दरम्यान अमेरिकन राष्ट्रपती बिल क्लिंटननं एका नव्या कायद्याला संमती दिल्यामुळे बिन लादेनला आपल्या २५-३० कोटी डॉलर्सच्या संपत्तीचा वापर करता येत नव्हता. १९९७ सालच्या सुरुवातीला सीआयएनं बिन लादेनला अफगाणिस्तानमधून बाहेर पडायला भाग पाडण्यासाठी एक टीम धाडली होती. ऐन वेळी काही कारणांमुळे अमेरिकेनं ही मोहीम रद्द केली; पण आपल्यासाठी अशा मोहिमा धोकादायक ठरू शकतात याची जाणीव झाल्यामुळे बिन लादेननं कंदाहारच्या जास्त सुरक्षित भागामध्ये जायचं ठरवलं.

दरम्यानच्या काळात बिन लादेन अमेरिकन तसंच ब्रिटिश लोकांच्या विरोधात फतवे जारी करत राहिला. असं असूनही बिन लादेनविषयी अगदी सर्वसामान्य लोकांना फारशी माहिती नव्हती. १९९८ सालच्या ऑगस्ट महिन्यात केनिया आणि टांझानिया इथल्या अमेरिकन दूतावासांवर झालेल्या बॉम्बहल्ल्यामध्ये २२०

लोक ठार झाल्यावर मात्र बिन लादेनचं नाव घरोघरी पोहोचलं. याला उत्तर म्हणून अमेरिकेनं बिन लादेनच्या अतिरेक्यांना प्रशिक्षण देण्यासाठीच्या केंद्रांच्या भागात डागलेल्या ७० क्रूझ क्षेपणास्त्रांनी अनेक प्रशिक्षणार्थींना ठार केलं. काही महिन्यांनी अमेरिकेनं, बिन लादेनला पकडून देणाऱ्या माणसाला ५० लाख डॉलर्सचं बक्षीस मिळेल, असं जाहीर केलं. त्याला प्रत्युत्तर म्हणून, अमेरिकेवर हल्ला करण्यासाठी आपण रासायनिक तसंच आण्विक शस्त्रास्त्रांची जमवाजमव करत असल्याचं बिन लादेननं एका नव्या फतव्यात सांगून टाकलं.

हळूहळू मुजाहिदीन लोकांची ताकद वाढत गेली आणि ती सोविएत युनियनला शह देऊ शकेल अशी परिस्थिती निर्माण होत गेली. सोविएत युनियनचं यात प्रचंड नुकसान व्हायला लागलं. १९८६ साली मिखाईल गोर्बाचेव्ह या नव्या सोविएत नेत्यानं या युद्धामुळे आपलं होत असलेलं नुकसान खूपच तीव्र आणि आर्थिकदृष्ट्या न परवडणारं असल्याचं जाहीर केलं. त्यानं ८ हजार सोविएत सैनिकांना अफगाणिस्तानमधून परत बोलावून घेतलं. त्यानंतर महंमद नजीबुल्ला या साम्यवादी अफगाणी नेत्याची सत्ता शक्य तितकी भरभक्कम करून गोर्बाचेव्हनं अफगाणिस्तानमधले आपले उरलेले सैनिकही माघारी बोलावले. १५ फेब्रुवारी १९८९ या दिवशी अफगाणिस्तानमध्ये एकही सोविएत सैनिक उरला नाही. एकूणच सोविएत युनियनसाठी अफगाणिस्तानमध्ये घुसण्याचा हा प्रकल्प खूपच आतबट्ट्याचा ठरला. त्यात सोविएत युनियननं जवळपास ४५०० कोटी डॉलर्स आणि १५ हजार सैनिकांचं आयुष्य, इतकं प्रचंड नुकसान करून घेतलं. याशिवाय आंतरराष्ट्रीय पातळीवर सोविएत युनियनची झालेली बदनामी आणि तिच्या ताकदीत घट झाल्याची भावना सगळीकडे पसरणं या गोष्टी तर होत्याच. यानंतर काही काळातच सोविएत युनियन ही संकल्पनाच काळाच्या पडद्याआड गेली. इतर अनेक गोष्टींप्रमाणे अफगाणिस्तानमध्ये सोविएत युनियनला सोसावा लागलेला दारुण पराभव हे यामागचं एक महत्त्वाचं कारण होतं. अफगाणिस्तानमधल्या स्थानिक लोकांना या काळात सोसाव्या लागलेल्या नुकसानीला तर मर्यादाच नव्हत्या. १९८० च्या दशकात जवळपास १० लाख अफगाण लोक युद्धांमध्ये आणि अतिरेक्यांच्या हल्ल्यांमध्ये दगावले. याशिवाय सुमारे ३० लाख अफगाणी लोक जबर जखमी झाले आणि ५० लाख अफगाणी लोकांवर आपला देश सोडून इतर देशांमध्ये आश्रित म्हणून जायची वेळ आली.

दरम्यान १९८८ साली एका वादग्रस्त विमान अपघातात पाकिस्तानचा प्रमुख जनरल झिया उल हकचं निधन झालं. पण झियानं अमेरिकेशी साटंलोटं करून अफगाणिस्तानमध्ये अमेरिकेला मदत केल्यामुळे, अमेरिकेच्या दृष्टीनं आंतरराष्ट्रीय पातळीवर पाकिस्तानचं महत्त्व खूपच वाढलं. अफगाणिस्तानमध्ये इथून पुढे काय

घडायला पाहिजे या निर्णयावर पाकिस्तानची पकड बसली. तसंच पाकिस्तानच्या अणुबॉम्बनिर्मितीच्या प्रकल्पावर अमेरिकेनं आता कुठलेही आक्षेप घेणं बंद केल्यामुळे तो अगदी राजरोसपणे सुरू राहिला. सोविएत युनियनचा या युद्धात पराभव झाल्यामुळे तसंच एकूणच सोविएत युनियन क्षीण होत गेल्यामुळे आणि शेवटी तिचे तुकडे झाल्यामुळे अमेरिकेबरोबरच्या तिच्या शीतयुद्धात अमेरिकेचा विजय झाला असं चित्र अगदी स्पष्टपणे जगासमोर आलं. अर्थातच अमेरिकेला या गोष्टीमुळे प्रचंड आनंद झाला.

सोविएत युनियनचा पाडाव केल्याच्या आनंदात अमेरिकेला, इथून पुढे आपण अफगाणिस्तानमध्ये काही करावं, असं वाटेनासं झालं. कारण, आता कुणाशी लढायचं, असा प्रश्न अमेरिकेसमोर होता. साहजिकच अमेरिकेचा अफगाणिस्तान-मधला रस कमी होत गेला. अमेरिकेनं असं करू नये आणि अफगाणिस्तानमध्ये आपलं लक्ष कायम ठेवावं, असा सल्ला अफगाणी राष्ट्रपती नझीबुल्लानं दिला. अन्यथा अफगाणिस्तान हे अतिरेकी कारवायांचं केंद्रस्थान बनेल, असं नझीबुल्लाचं मत होतं. अब्दुल हकनंही याला दुजोरा दिला. अफगाणिस्तान हे अतिरेक्यांसाठी कुरण ठरेल आणि शिवाय अमली पदार्थांचा व्यापारही तिथे जोरात फोफावेल, असं मत त्यानं व्यक्त केलं. काही जणांनी, अब्दुल हक तसंच अहमद शाह मसूद यांच्यासारख्या निधर्मवादी नेत्यांना अमेरिकेनं पाठिंबा दिला नाही, तर लवकरच पाकिस्तानच्या पाठिंब्यामुळे आक्रमक झालेल्या धर्मांध शक्ती अफगाणिस्तानचा पार विचका करून टाकतील, असा इशाराही दिला. पण याकडे कुणी फारसं लक्ष दिलं नाही. त्यातच अमेरिकेनं १९९१ साली कुवेतवर कब्जा केलेल्या इराकच्या सद्दाम हुसेनला धडा शिकवायचा निश्चय केल्यामुळे, अफगाणिस्तानवरचं अमेरिकेचं लक्ष कमी होत गेलं.

अफगाणी राष्ट्रपती नझीबुल्लानं मुजाहिदीन लोकांशी लढायचा खूप प्रयत्न केला; पण सोविएत युनियनचा पाडाव होऊन तीन वर्षं झाल्यानंतर नझीबुल्लाचे प्रयत्नही अपुरे ठरले. शेवटी संयुक्त राष्ट्रसंघाच्या शिष्टाईखालच्या एका बैठकीनंतर २५ एप्रिल १९९२ या दिवशी नझीबुल्लानं आपल्या पदाचा राजीनामा दिला. यातून नवं सरकार आलं, पण तेही अंतर्गत दुफळीमुळे कोसळलं. एकामागून एक अडचणी येत गेल्या आणि अफगाणिस्तानमध्ये यादवी युद्ध सुरू झालं. दरम्यान पाकिस्तानच्या लाडक्या हिकमतियारनं आपल्या सहकाऱ्यांच्या मदतीनं १९९२-९३ मध्ये काबूल शहरावर बॉम्बजचा वर्षाव करून ते शहर पार उद्ध्वस्त करून टाकलं. अर्थातच हिकमतियारकडे अफगाणिस्तानची सत्ता सोपवावी असा पाकिस्तानचा हेतू होता. काही काळातच अफगाणिस्तानमधल्या असंख्य वेगवेगळ्या टोळ्यांमधल्या मतभेदांमुळे हे शक्य नसल्याचं पाकिस्तानच्या लक्षात

आलं आणि त्यांनी या संदर्भातला आग्रह सोडला. याच्या पुढचं पाऊल म्हणून अफगाणिस्तानातून पाकिस्तानमध्ये निर्वासित झालेल्या अफगाणी मुलांना इस्लामचं कट्टर प्रशिक्षण देऊन त्यानंतर त्यांना लष्करी प्रशिक्षण द्यायचा कार्यक्रम पाकिस्ताननं जोरात राबवला. असा विद्यार्थी धर्माचं शिक्षण घेत असल्यामुळे त्याला उर्दू भाषेतल्या अर्थानुसार 'तालिब' असं म्हटलं जाई. या मुलांच्या आणि तरुणांच्या संघटनेला म्हणूनच 'तालिबान' असं नाव पडलं. १९९४ साली तालिबाननं अफगाणिस्तानमध्ये आपल्या कारवाया वाढवून तिथला काही भाग आपल्या ताब्यात घ्यायला सुरुवात केली. २० हजार प्रशिक्षित सैनिक आणि अत्याधुनिक शस्त्रास्त्रं अशी तालिबानची जय्यत तयारी होती. सौदी अरेबियानंही तालिबानी शक्तींना आर्थिक तसंच मनुष्यबळ या दोन्ही बाबतींमध्ये भरपूर मदत पुरवली. अर्थातच सीआयएचाही तालिबानी अतिरेक्यांना प्रशिक्षित करण्यात तसंच त्यांच्यामध्ये कट्टर भावना रुजवण्यात महत्त्वाचा वाटा होता. दरम्यान अनेक वर्षं सुदानमध्ये काढून १९९६ साली ओसामा बिन लादेन नव्यानं अफगाणिस्तानमध्ये आपल्या अल-कायदाच्या सहकाऱ्यांसह दाखल झाला. आपल्या अतिरेकी कारवायांमध्ये तालिबानची चांगली मदत होऊ शकते याची बिन लादेनला जाणीव झाली. त्यामुळे त्यानं तालिबानला ३० लाख डॉलर्सची मदत केली.

२७ सप्टेंबर १९९६ या दिवशी सौदी अरेबिया, पाकिस्तान, अमेरिका आणि बिन लादेन या चार ताकदवान शक्तींच्या मदतीच्या जोरावर भन्नाट आत्मविश्वासानं भारून गेलेली तालिबानी अतिरेक्यांची फौज काबूल शहरात घुसली. त्यांच्यापैकी एका टोळीनं संयुक्त राष्ट्रसंघाच्या इमारतीत प्रवेश केला. चार वर्षांपूर्वी अफगाणिस्तानच्या राष्ट्रपतीपदाचा राजीनामा दिलेला नझीबुल्ला तिथंच राहत असे. अतिरेक्यांनी त्याच्या मुसक्या आवळल्या, त्याचं लिंग छाटून टाकलं, त्याला फासावर लटकावलं आणि त्याचा तशाच अवस्थेमधला मृतदेह जाहीरपणे शहरात टांगून ठेवला. यानंतर तालिबानी अतिरेक्यांनी अक्षरश: चवताळल्यासारख्या कारवाया केल्या. त्यांनी ठिकठिकाणचे कॅमेरे आणि टीव्ही संच फोडून टाकले. दिसतील ती छायाचित्रं फाडून टाकली. गाणी ऐकणं हेसुद्धा अल्लाच्या इच्छेच्या विरोधातलं कृत्य आहे, असं मानत असल्यामुळे त्यांनी सगळीकडची गाणी ऐकण्यासाठीची रेडिओ, स्पीकर्स, टेपरेकॉर्डर्स वगैरे उपकरणं फोडून टाकली. दारू आणि तंबाखू यांच्या सेवनावर बंदी घालण्यात आली. नाचांवर बंदी आली. अगदी पतंग उडवण्यावरसुद्धा गदा आली. महिलांवरच्या बंधनांनी तर नवी सीमाच गाठली. महिलांनी शिक्षण घेणं, घराबाहेर काम करणं अशा गोष्टी बंद झाल्या. तसंच सार्वजनिक ठिकाणी जाताना नखशिखांत बुरखा आणि पायघोळ झगा घालण्याशिवाय त्यांच्यासमोर दुसरा पर्याय उरला नाही. मुल्ला महंमद उमर या

तालिबानच्या नेत्याला अफगाणिस्तानमध्ये इस्लाम धर्मात पूर्वी सांगितलेल्या समाजव्यवस्था आणि न्यायव्यवस्था प्रस्थापित करायच्या होत्या. ओसामा बिन लादेनला तर संपूर्ण मुस्लिम जगतामध्ये हे करायचं होतं. दोघांचाही पाश्चिमात्य जग आणि पाश्चिमात्य संस्कृती यांना प्रचंड विरोध होता. लवकरच बिन लादेन आणि मुल्ला उमर यांनी अत्यंत जुनाट पद्धतीनं अफगाणिस्तानमधला कारभार चालवायला सुरुवात केली; तसंच दहशतवादाचं केंद्र म्हणून अफगाणिस्तानची ओळख होईल अशा तऱ्हेची पावलंही टाकली. हे सगळं असूनसुद्धा अमेरिकेनं तालिबानशी चांगले संबंध ठेवले. अफगाणिस्तानमध्ये प्रचंड अन्यायी आणि निषेधार्ह भूमिका घेऊनसुद्धा तालिबानचा अमेरिकेला धिक्कार करावासा वाटला नाही. यामागचं कारण म्हणजे, युनोकल नावाच्या अमेरिकन तेल कंपनीला तुर्कमेनिस्तानमधून पाकिस्तानमध्ये नैसर्गिक वायू वाहून नेण्यासाठी २०० कोटी डॉलर्स खर्चून एक पाईपलाईन उभी करायची होती. ही पाईपलाईन अफगाणिस्तानमधून जाणार असल्यामुळे, तिथं या कामामध्ये अडथळा येणार नाही, अशी हमी देत असलेलं कुठलंही सरकार अमेरिकेच्या दृष्टीनं चालण्यासारखं होतं. तालिबान या व्याख्येत अगदी नीटपणे बसत असल्यामुळे अमेरिकेच्या दृष्टीनं त्यात अडचण नव्हती. बिचाऱ्या अफगाणी लोकांना जवळपास दोन दशकांचा काळ अस्थिरता, युद्ध आणि हिंसाचार यांना तोंड देत-देत सगळ्या परिस्थितीचा वैताग आला होता. त्यामुळे, निदान तालिबान तरी आपल्याला स्थिर सरकार देऊ शकेल, अशी आशा त्यांना वाटत होती. हे स्थैर्य भयानक होतं. लोकांचे हातपाय तोडणं, जाहीरपणे चाबकाचे फटके देणं, कित्येकदा तर जाहीरपणे ठार करणं अशा अत्यंत क्रूर प्रकारांनी तालिबानी लोकांनी अफगाणिस्तानमध्ये प्रचंड दहशत निर्माण केली. तरीही अमेरिकेनं आपल्या आर्थिक व्यवहाराला जास्त महत्त्व देत अफगाणिस्तानमधल्या या परिस्थितीकडे दुर्लक्ष केलं.

७ ऑगस्ट १९९८ या दिवशी केनिया आणि टांझानिया या ठिकाणच्या अमेरिकन दूतावासांमध्ये बॉम्बस्फोट घडवून आणत ओसामा बिन लादेननं किमान २०० लोकांना यमसदनी धाडलं. यामुळे अमेरिका खडबडून जागी झाली. दोनच आठवड्यांनी अमेरिकन राष्ट्रपती बिल क्लिंटननं अफगाणिस्तानमधल्या बिन लादेनच्या तळांवर हल्ले करायचे आदेश जारी केले. अमेरिकेनं डागलेल्या जवळपास ६० क्षेपणास्त्रांमुळे जवळपास दोन डझन अतिरेकी ठार झाले असले, तरी त्यात बिन लादेनचा समावेश नव्हता. दरम्यान तालिबानच्या विरोधात लढणाऱ्या अनेक स्थानिक अतिरेकी टोळ्यांनी काही वेळा एकत्र येऊन, तर कधी आपल्या एकट्याच्या जोरावर, तालिबानला विरोध करायला सुरुवात केली. अफगाणिस्तानमध्ये नव्यानं यादवी युद्ध सुरू झालं. सोविएत युनियनशी लढण्यासाठी सीआयएनं पूर्वी दिलेल्या

शस्त्रास्त्रांचा वापर या स्थानिक अतिरेक्यांच्या टोळ्या या कामात करायच्या. आधीच्या मुजाहिदीन सरकारमध्ये अब्दुल हकनं संरक्षणमंत्री म्हणून काम केलं होतं, तसंच नझीबुल्लानं आपल्या राष्ट्रपतीपदाचा राजीनामा दिल्यावर देशाचा कारभार आपल्या हाती घेण्याचा अयशस्वी प्रयत्नही त्यानं करून बघितला होता. शेवटी अफगाणिस्तानची दारुण अवस्था सहन न झाल्यामुळे त्यानं देश सोडला. पुढची सहा वर्षं दुबईमध्ये तो आयात-निर्यात करण्याच्या व्यवसायाशी संबंधित असलेली एक कंपनी चालवायचा. २००१ साली जाडजूड झालेला अब्दुल हक अफगाणिस्तानमध्ये परतला. कदाचित तालिबानची सत्ता संपुष्टात येईल आणि आपल्याला अफगाणिस्तानचं भविष्य घडवायची संधी मिळेल, असं त्याला वाटत होतं. आपल्या पश्तून संघटनेला मसूदच्या नॉर्दर्न अलायन्स संघटनेशी जोडायचा बेत त्यानं आखला. खरं म्हणजे, मसूद हा भरवसा टाकता येईल असा माणूस नव्हता; पण तोही हकसारखाच मूलतत्त्ववादाला विरोध करत असल्यामुळे, त्याच्याशी जुळवून घ्यायचं हकनं ठरवलं होतं. मसूद लोकप्रियही होता. हक आणि मसूद एकत्र आल्यानं तालिबानी राजवटीला धोका निर्माण झाला. २००१ सालच्या सप्टेंबर महिन्यात मसूदच्या मुख्यालयामध्ये पत्रकारांचा वेश घेतलेले अल कायदाचे दोन अतिरेकी दाखल झाले. बरेच दिवस वाट बघितल्यानंतर त्यांना मसूदची भेट घेण्याची संधी मिळाली. मसूदची व्हीडिओ मुलाखत घेण्यासाठी म्हणून त्यांनी आपला व्हीडिओ कॅमेरा सुरू केला आणि त्यामधला बॉम्ब मसूदवर डागला. मृत्यूशी पंधरा मिनिटांचा अयशस्वी झगडा देऊन झाल्यावर मसूद मरण पावला. यानंतर दोनच दिवसांनी एकोणिसाव्या शतकामधल्या यादवी युद्धानंतर अमेरिकेमध्ये झालेल्या सगळ्यात मोठ्या रक्तपाताच्या प्रसंगामध्ये अल कायदानं न्यूयॉर्कमधल्या जगप्रसिद्ध 'वर्ल्ड ट्रेड सेंटर'वर विमानं धडकवून जवळपास ३००० लोकांना ठार मारलं. याचा बदला घेण्यासाठी अमेरिकन राष्ट्रपती जॉर्ज डब्ल्यू. बुशची नजर अफगाणिस्तानकडे वळली.

खरं म्हणजे, पाच अमेरिकन राष्ट्रपतींनी चुकीची धोरणं राबवल्यामुळे ही परिस्थिती निर्माण झाली होती. जिमी कार्टरनं प्रथम अफगाणिस्तानमध्ये गुप्तपणे सीआयएला घुसवलं होतं. १९८० च्या दशकामध्ये सोविएत युनियनला शह देण्यासाठी म्हणून रोनाल्ड रीगननं अफगाणिस्तानमधल्या अतिरेक्यांना कोट्यवधी डॉलर्सची मदत केली होती. याच अतिरेक्यांचा अमेरिकेकडे तसंच एकूणच पाश्चिमात्य जगताकडे बघण्याचा दृष्टिकोन अत्यंत कडवा होता याची रीगनला जाणीव नव्हती. त्यानंतर मुसलमान लोकांसाठी अत्यंत पवित्र समजल्या जाणाऱ्या सौदी अरेबियामध्ये जॉर्ज एच. डब्ल्यू. बुशनं अमेरिकेचा कायमस्वरूपी लष्करी तळ उभा करून त्या लोकांच्या भावना दुखावल्या. बिल क्लिंटनलाही अमेरिकेचा

पैसे पुरवून प्रशिक्षित करत असलेल्या धर्मांध अतिरेक्यांचा धोका नीटसा समजला नाही. त्याच्या कार्यकालात या अतिरेक्यांची भूमिका अजूनच कडवी होत गेली. जॉर्ज डब्ल्यू. बुशला गुप्तचर विभागाकडून अमेरिकेवर भीषण हल्ले होणार असल्याची खात्रीलायक स्वरूपाची माहिती मिळूनसुद्धा त्यानं त्याकडे दुर्लक्ष करायची अक्षम्य चूक केली.

बुशला आंतरराष्ट्रीय पातळीवरच्या राजकारणाची आणि प्रश्नांची फारशी जाणीव नव्हती. त्यानं विदेशात फार कमी प्रवास केला होता. तसंच त्याचं वाचनही मर्यादित होतं. त्यामुळे एका पत्रकारानं त्याला तालिबानविषयी प्रश्न विचारला, तेव्हा त्याच्या चेहऱ्यावर कुठलेच भाव उमटले नाहीत. शेवटी तालिबानमुळे अफगाणिस्तानमधल्या महिलांवर खूपच निर्बंध आले असल्याचं त्या पत्रकारानं बुशला सांगताच बुशनं 'आत्ता समजलं... मला वाटलं तू कुठल्या तरी म्युझिक बँडबद्दल विचारतो आहेस... अफगाणिस्तानमधलं तालिबान ना... अर्थातच... ते लोक फारच कट्टर आहेत...' असं उत्तर दिलं! ११ सप्टेंबर २००१ या दिवशी अमेरिकेवर हा भीषण हल्ला झाला होता. त्यानंतर चार दिवसांनी बुशनं आपल्या खास सहकाऱ्यांची बैठक बोलावली. त्यात 'सेक्रेटरी ऑफ डिफेन्स' पदावर असलेल्या डॉनल्ड रम्सफेल्डनं, अफगाणिस्तानवर हल्ला करण्यात फारसा मतलब नसून आपण इराकवर आक्रमण केलं पाहिजे, असं बुशला सांगितलं. इतरांनी मात्र याला विरोध केला. शेवटी बुशनंही अफगाणिस्तानवरच आपलं लक्ष केंद्रित करायचं ठरवलं. या कामासाठी तालिबाननं आपला नेता मुल्ला उमर याला पदच्युत केलं पाहिजे आणि अल कायदाशी असलेले संबंध तोडले पाहिजेत, एवढीच मागणी बुशनं सुरुवातीला केली. पाकिस्तानी राष्ट्रपती परवेझ मुशर्रफनं हाच मुद्दा रेटून धरला होता. पाकिस्ताननं खूप कष्ट घेऊन तालिबानची निर्मिती केली होती आणि आता तालिबान नष्ट होऊ नये यासाठी आपण प्रयत्न केले पाहिजेत असं मुशर्रफला वाटत होतं. तालिबानी नेत्यांनी बिन लादेनला अमेरिकेच्या हवाली करावं किंवा किमान त्याला अफगाणिस्तानमधून घालवून तरी द्यावं, अशी मागणी मुशर्रफनं तालिबानकडे केली. पण तालिबाननं याला नकार देऊन मुशर्रफला मोठा धक्काच दिला. त्यामुळे मुशर्रफनं तालिबानला असलेला पाकिस्तानी पाठिंबा काढून घेतला आणि अमेरिकेला पाकिस्तानच्या भूमीवरून अफगाणिस्तानवर बॉम्बहल्ले करण्यासाठीची परवानगी दिली.

अमेरिकेवरच्या हल्ल्याचा बदला घेण्यासाठी बुशनं दुहेरी योजना आखली. एकीकडे अफगाणिस्तानवर मोठ्या प्रमाणावर बॉम्बजचा वर्षाव करायचा आणि दुसरीकडे अफगाणिस्तानमधल्या 'नॉर्दन अलायन्स' नावाच्या गटाची जमिनीवरची लष्करी कारवाई करण्यासाठी मदत घ्यायची, असा बुशचा डाव होता. अमेरिकन

सैनिकांना मोठ्या प्रमाणावर अफगाणिस्तानमध्ये लढायला पाठवायचं नाही असं त्यानं ठरवलं होतं. या कामासाठी नॉर्दन अलायन्सच्या हल्लेखोरांना विकत घेण्यासाठी दहा जणांची सीआयएची टीम ३० लाख डॉलर्सची रक्कम घेऊन २० सप्टेंबर २००१ या दिवशी अफगाणिस्तानला रवाना झाली. पुढच्या काही आठवड्यांच्या काळात सीआयएनं नॉर्दन अलायन्सला आणखी १ कोटी डॉलर्स, तर इतर हल्लेखोरांच्या गटांना ६ कोटी डॉलर्स चारले. हवाई हल्ले अमेरिकेनं तीन आठवड्यांनी सुरू केले. कित्येक वर्षांपासूनच्या युद्धांमुळे अफगाणिस्तानची अवस्था इतकी खराब झाली होती, की नक्की कुठं हल्ले करायचे, हेच संबंधित लोकांना समजत नव्हतं. ७ ऑक्टोबरला अफगाणिस्तानवरचा हल्ला आपण सुरू केला असल्याचं बुशनं टीव्हीवर जाहीर केलं. अमेरिकेच्या पहिल्याच हवाई हल्ल्यांनी तालिबानचे जुजबी स्वरूपाचे हवाईतळ तसंच लष्करी तळ नष्ट केले. पण त्याहून फारसं काही जास्त अमेरिकेच्या हाती लागलं नाही. तसंच अफगाणिस्तानमध्ये लढण्यासाठी अमेरिकेनं ज्या हल्लेखोरांना पैसे चारले होते, त्यांनाही आता लढण्यात फारसा रस नाही असं वाटत होतं. त्यामुळे अमेरिका वैतागून गेली. या हल्लेखोरांना अमेरिकेनं पैसे चारल्यामुळे ते नव्यानं अफगाणिस्तानमध्ये आपलं वर्चस्व निर्माण करतील, अशी भीती अब्दुल हकला वाटत होती. काहीही करून अफगाणिस्तानमध्ये शांतता निर्माण केली पाहिजे आणि लोकशाहीवादी वातावरण निर्माण केलं पाहिजे, असा निर्धार त्यानं केला.

२१ ऑक्टोबर २००१ या दिवशी अब्दुल हक या आपल्या नेत्यासह इतर १९ लढाऊ लोक पाकिस्तानची सीमा ओलांडून अफगाणिस्तानमध्ये आले. अब्दुल हकनं एका दशकापूर्वी सोविएत युनियननं अफगाणी भूमीवर पेरलेल्या बॉम्बच्या स्फोटात आपला उजवा पाय गमावला होता. ९/११ म्हणून गाजलेल्या ११ सप्टेंबर २००१ या दिवशी अमेरिकेमध्ये झालेल्या अतिरेकी हल्ल्यामुळे भडकलेल्या अमेरिकेनं अफगाणिस्तानवर हल्ला चढवायची जोरदार तयारी सुरू केली होती. तालिबान या अफगाणिस्तानमधल्या सत्तेवर असलेल्या पक्षाला जर्जर करून सोडायचा अमेरिकेचा हेतू होता. पण अशा प्रकारे तालिबानवर हल्ला चढवण्यातून अफगाणिस्तानचं कधीही भरून येणार नाही असं नुकसान होईल, अशी रास्त भीती हकला वाटत होती. त्याऐवजी राजकीय चर्चा आणि लष्करी कारवाई अशा दोन गोष्टींच्या एकत्रित डावपेचांनुसार तालिबानला जेरीला आणता येईल, असं हकचं मत होतं. त्यासाठी त्यानं पाकिस्तान आणि अफगाणिस्तान यांच्या सीमांच्या भागातल्या अनेक अफगाण नेत्यांशी चर्चासुद्धा केली होती. झाहीर शाह या आता इटलीत असलेल्या माजी अफगाण राजाची भेट घेऊन या कामामध्ये त्याची मदत मिळवण्याची व्यवस्थाही हकनं केली होती.

मुल्ला महंमद हसन यानं मुल्ला उमरच्या साथीनं तालिबानची निर्मिती केली होती. हसन पूर्वी सोविएत युनियनच्या विरोधातल्या लढ्यात सहभागी झाला होता. १९८९ साली सोविएत फौजांनी माघार घेण्यापूर्वीच्या काळात कंदाहारमधल्या एका स्फोटात त्यानं आपला एक पाय गमावला होता. मुल्ला उमरचा उजवा डोळा १९८९ सालच्या एका रॉकेटहल्ल्यामध्ये गेला होता. अर्थातच तालिबानसारख्या अत्यंत आक्रमक आणि धोकादायक विचारसरणीच्या राजवटीला उलथून टाकण्याच्या हेतूनं अफगाणिस्तानमध्ये प्रवेश करणं हेच एक मोठं आव्हान होतं. तालिबानी लोकांची नजर चुकवून अफगाणिस्तानमध्ये जम बसवणं ही हक तसंच त्याचे मोजके सहकारी यांच्या दृष्टीनं सोपी गोष्ट नव्हती. अमेरिकेमध्ये घडलेल्या प्रकारांमुळे तालिबान जगभरात सगळीकडे बदनाम झालेलं असणार आणि त्यामुळे आपल्या कामात इतरांचीही मदत होऊ शकेल, अशी आशा हकला वाटत होती. कमीत कमी हिंसा होऊन अफगाणिस्तानमध्ये सत्तापालट व्हावा अशी त्याची अपेक्षा होती. पण ७ ऑक्टोबर २००१ या दिवशी अमेरिकेनं अफगाणिस्तानवर आपल्या क्रूझ क्षेपणास्त्रांच्या साहाय्यानं मारा सुरू केलासुद्धा. यामुळे आपलं काम आणखी तातडीनं केलं पाहिजे या गोष्टीची जाणीव हकला झाली. जर अमेरिका किंवा इतर देश यांच्या पुढाकारातून तालिबानच्या विरोधात युद्ध सुरू झालं, तर त्याचे दीर्घकालीन दुष्परिणाम अफगाणिस्तानला भोगावे लागतील, याची त्याला खात्री वाटत होती. म्हणूनच अफगाणिस्तानमध्ये आपली ताकद वाढवून तालिबानशी झुंजायचं आणि तालिबानचं सरकार कोसळताच आपण आपलं सरकार तिथं उभं करायचं, असे हकचे डावपेच होते.

या वर्णनावरून हकचे मनसुबे म्हणजे मुंगेरीलालची दिवास्वप्नं वाटत असली, तरी त्यात तथ्य होतं. हकच्या याआधीच्या कामगिरीवर अमेरिका आणि इंग्लंड यांच्यासकट इतर पाश्चिमात्य राष्ट्रं खुश होती. स्वत: रोनाल्ड रीगन आणि मार्गारेट थॅचर यांनी हकची भेट घेतली होती, तसंच त्याचं जाहीरपणे कौतुक केलं होतं. साहजिकच आपल्या कामात या देशांची मदत मिळेल अशी आशा हकला वाटत होती. पण या सगळ्या घटनाक्रमाची दुसरीही एक बाजू होती. हक देशप्रेमानं भारून गेला होता. त्यामुळे अफगाणिस्तानचा पुढचा प्रवास अमेरिकेच्या इच्छेनुसार व्हायला नको यासाठी तो प्रयत्नशील होता. म्हणूनच पूर्वी सोविएत युनियनच्या बाबतीत घडलं होतं तसं आता अमेरिकेच्या बाबतीत व्हायला नको आणि अमेरिकेनं आपल्या तालावर अफगाणिस्तानला नाचवायला नको, अशी अपेक्षा हकनं एका मुलाखतीत व्यक्त केली होती.

हक हा आपल्या मार्गातला एक काटा आहे, असं तालिबानी लोकांना पूर्वीपासूनच वाटत असे. १९९९ साली पेशावरमधल्या हकच्या घरावर जोरदार

हल्ला झाला. त्यात स्वत: हक बचावला असला, तरी त्याची पत्नी आणि त्याचा अकरा वर्षं वयाचा मुलगा, हे दोघे मात्र हकनाक बळी पडले. साहजिकच अफगाणिस्तानमधल्या तालिबानी लोकांच्या सगळ्या अत्याचारांबरोबरच आपल्या वैयक्तिक दु:खाचा सूडही हकला घ्यायचा होता. दरम्यान तालिबानी लोकांनी पाकिस्तानमधल्या 'आयएसआय' या गुप्तचर संस्थेच्या मदतीनं हकचे फोन टॅप करणं, त्याच्या हालचालींवर बारीक लक्ष ठेवणं या सगळ्या हरकती केल्या होत्या. कहर म्हणजे, हक इतक्या धोकादायक परिस्थितीत राहत असूनसुद्धा आपल्या कामाविषयी म्हणावी तशी गुप्तता बाळगत नव्हता. आताही हकनं अफगाणिस्तामध्ये प्रवेश केल्यावर 'वॉल स्ट्रीट जर्नल' या वर्तमानपत्रामध्ये त्यासंबंधीची माहिती छापून आली होती. पेशावरमधून अफगाणिस्तानमध्ये प्रवेश करण्याच्या काही तास आधी हकनं अमेरिकेच्या स्थानिक सीआयए एजंटांची भेट घेतली होती. तालिबानी लोकांमध्ये फूट पाडून कमीत कमी रक्तपात घडवायचा आणि अफगाणिस्तानमध्ये सत्तापालट घडवून आणायचा आपला बेत असल्याचं हकनं सीआयएच्या एजंटांना सांगितलं होतं. पण त्यात नेहमीप्रमाणेच सीआयएनं फारसा रस दाखवला नाही. हकच्या कामात मदत म्हणून सीआयएनं त्याला उपग्रहांच्या मदतीनं चालू शकणारे काही फोन देऊ केले. पण उलट, आपण कुठे आहोत हे त्यातून सीआयएला समजेल आणि आपला खातमा करण्यासाठी ही माहिती सीआयए आपल्या शत्रूंना पुरवेल, अशा भीतीपोटी हे फोन स्वीकारायला हकनं नकार दिला. असे फोन त्याच्याकडे आधीपासून होतेच.

अफगाणिस्तानमध्ये पर्वतराशींमधून लपत-लपत शिरल्यावर हकनं स्थानिक गावप्रमुख तसंच इतर महत्त्वाचे लोक यांना भेटून आपल्या कामगिरीमध्ये सहभागी व्हायचं आवाहन करायला सुरुवात केली. जलालाबादनजीकच्या भागातल्या एक ताकदवान तालिबान नेत्यासह अनेकांनी हकला पाठिंबा दिला. तेवढ्यात तालिबानी लोकांनी आपल्याला अटक करण्यासाठी जलालाबादहून काही सैनिकांना रवाना केलं असल्याची बातमी हकच्या कानांवर आली. त्यानं घाईघाईनं पाकिस्तानमध्ये परतण्यासाठी प्रवास सुरू केला; पण पाकिस्तानकडचे सगळे रस्ते बंद करण्यात आल्याचं त्याच्या लक्षात आलं. त्यामुळे आपली मोहीम सुरू करून फक्त सहा दिवस उलटल्यावर आपण मृत्यूच्या दारात उभे असल्याच्या भीतीच्या लहरीने त्याचे संपूर्ण शरीर शहारले. घाईघाईनं उपग्रहाच्या मदतीनं चालणारा आपल्याकडचा फोन वापरून हकनं पेशावरमध्ये असलेल्या जेम्स रिची या आपल्या श्रीमंत अमेरिकन पाठीराख्याशी संपर्क साधला. रिचीनं ही बातमी ऐकल्यावर तातडीनं आपल्या अमेरिकेमधल्या भावाला फोन केला. त्या भावानं रोनाल्ड रीगन राष्ट्रपती असताना त्याचा राष्ट्रीय सुरक्षा सल्लागार म्हणून काम केलेल्या रॉबर्ट मॅक्फार्लेनच्या

कानांवर ही माहिती घातली. मॅक्फार्लेननं भराभर सूत्रं हलवून सीआयएच्या मदतीनं हकचा जीव वाचवण्यासाठी धडपड केली. खरं म्हणजे, सीआयएनं अशा परिस्थितीत हकचा जीव वाचवणं गरजेचं होतं. पण गेल्या दोन दशकभरांच्या काळात हक आणि सीआयए यांच्यामधलं संशयाचं वातावरण वाढतच गेलं होतं. त्यामुळे आता सीआयए हकच्या मदतीला धावून जाणार, की उलट हकचा शेवट करणार, हे समजत नव्हतं.

खरं म्हणजे, सीआयएकडे अशा प्रसंगी वापरण्यासाठीचे दोन मार्ग होते. एक म्हणजे, हकला वाचवण्यासाठी सीआयए हेलिकॉप्टर धाडू शकली असती किंवा पायलट नसलेली ड्रोण बॉम्बर विमानं पाठवून हकला पकडायचे प्रयत्न करणाऱ्या तालिबानी अतिरेक्यांना रोखू शकली असती. पण सीआयएनं यातलं काहीच न केल्यामुळे लवकरच हक तालिबान्यांच्या हाती लागला. तालिबान्यांनी हकला एका जीपमध्ये टाकून काबूल शहराकडे न्यायला सुरुवात केली. तेवढ्यात एक आलिशान गाडी विरुद्ध दिशेनं वेगानं त्यांच्यासमोर आली. त्यामध्ये असलेल्या मुल्ला अब्दुल रझाक या तालिबान सरकारच्या अंतर्गत खात्याच्या मंत्र्यानं तालिबानी अतिरेक्यांना थांबायला सांगितलं. अब्दुल हकला काबूलला न नेता तिथंच खलास करायचे आदेश त्यानं अतिरेक्यांना दिले. आपल्या वयाच्या त्रेचाळिसाव्या वर्षी अब्दुल हकला गोळ्यांच्या वर्षावात मरणाला सामोरं जावं लागलं. अमेरिकेच्या बॉम्बहल्ल्यांना बऱ्यापैकी तोंड देणं, तसंच मसूद आणि हक या आपल्या दोन प्रमुख शत्रूंचा काटा काढणं यामुळे तालिबानी अतिरेकी जोषात आले होते. टीकाकार बुशवर तुटून पडले. अमेरिकेनं आपलं लष्कर अफगाणिस्तानमध्ये पाठवावं यासाठीची मागणी जोर धरायला लागली. सेक्रेटरी ऑफ स्टेटपदी असलेल्या कॉलिन पॉवेलनं मात्र ही मागणी फेटाळून लावली. लवकरच बुशच्या डावपेचांना यश यायला लागलं. सीआयएनं पैसे चारलेल्या हल्लेखोरांनी काही ठिकाणं काबीज केली आणि तालिबानला शह देण्यातही यश मिळवलं.

दरम्यानच्या काळात 'तोरा बोरा' म्हणून ओळखल्या जाणाऱ्या अफगाणिस्तान –पाकिस्तान सीमेवरच्या अत्यंत कठीण भौगोलिक प्रदेशांमधल्या डोंगरांमधून मार्ग काढत लपण्याची सुवर्णसंधी बिन लादेनला मिळाली. त्याचा माग काढण्याची जबाबदारी अमेरिकेनं अफगाणिस्तानमधल्या आपल्या साहाय्यकांवर सोपवली. बिन लादेनला पकडून देणं म्हणजे आपल्या धर्माशी कृतघ्नता व्यक्त करण्यासारखं असल्याची भावना प्रबळ असल्यामुळे, प्रत्यक्षात कुणी यासाठी फारसे प्रयत्न केलेच नाहीत. उगीच वरवर बिन लादेनला पकडण्यासाठी आपण धडपड करत असल्याचा देखावा त्यांनी केला. पण तालिबानकडून अफगाणिस्तानची सत्ता

हिसकावून घेण्यात मात्र अमेरिकेनं पैसे चारलेल्या हल्लेखोरांना यश आलं. १३ नोव्हेंबर २००१ या दिवशी तालिबान्यांनी, इथून पुढे आपण काबूलवर राज्य करू शकत नाही हे मान्य करून तिथून आपला गाशा गुंडाळला. नॉर्दर्न अलायन्सचे लोक त्यांच्याऐवजी रस्त्यात फिरून आपला विजय साजरा करायला लागले. कित्येक महिन्यांनंतर अफगाणी लोकांनी प्रथमच संगीत ऐकलं. जवळपास तुरुंगवासाची शिक्षा भोगत असल्यासारख्या अवस्थेमधल्या अफगाणी स्त्रिया प्रथमच मोकळेपणाने घराबाहेर पडल्या. लवकरच कंदाहार हे शहर पश्तून भागातल्या हल्लेखोरांनी काबीज केलं. अफगाणिस्तानची मोहीम सुरू केल्यापासून साधारण तीन महिन्यांचा काळ उलटून गेल्यावर अशा रीतीनं अमेरिकेनं सुटकेचा नि:श्वास सोडला. आता अमेरिकेचं लक्ष इराककडे वळलं.

इराक

इराकच्या उत्तरेला तुर्कस्थान, पूर्वेला इराण, दक्षिणेला सौदी अरेबिया, पश्चिमेला सीरिया आणि जॉर्डन तसंच त्यांच्या शेजारी लेबनॉन, इस्रायल आणि पॅलेस्टाईन हे देश आहेत. इराकच्या एकूण लोकसंख्येपैकी २० टक्के सुन्नी मुस्लिम आहेत. ही मंडळी भटके मेंढपाळ, शेतकरी, शेतमजूर अशा वर्गामधली आहेत. शिया मुस्लिम लोकांचं प्रमाण ५५-६० टक्के आहे. शिया लोकांमध्ये आधुनिक शिक्षणापेक्षा धार्मिक शिक्षणाला जास्त महत्त्व दिलं जात असल्यामुळे हा समाज मागे पडतो. तसंच महिलांना अधिकार न देणं, जुनाट कायदे राबवणं या गोष्टींमुळे शिया धर्मियांची प्रगती अजूनच खुंटते.

१९११ साली ब्रिटिशांनी 'इराक पेट्रोलियम कंपनी'ची स्थापना केली. त्यानंतर इराकचा नकाशा आपल्याला हवा तसा आखून घेतला. यात तुर्कस्थानच्या सीमेवरचा तेलानं समृद्ध असलेला भाग ब्रिटिशांनी इराकमध्ये असल्याचं जाहीर केलं आणि तेलाची आपली वाढती भूक भागवायचा प्रयत्न केला. साहजिकच १९१४ साली पहिलं महायुद्ध सुरू झाल्यावर भडकलेल्या तुर्की लोकांनी ब्रिटिशांच्या विरोधात भूमिका घेतली. तेव्हा, इराकनं आपल्याला साथ दिली तर आपण इराकला स्वातंत्र्य देऊ, असं आश्वासन ब्रिटिशांनी इराकला दिलं; पण प्रत्यक्षात १९२० साली ब्रिटिशांनी इराकवर आपली सत्ता प्रस्थापित केली. त्यामुळे विश्वासघात झालेल्या इराकी लोकांनी ब्रिटिशांविरुद्ध उठाव केला. पहिल्या महायुद्धामध्ये जर्जर झालेल्या ब्रिटिशांना इराकशी लढणं शक्यच नव्हतं. त्यामुळे आपल्या अंमलाखाली असलेल्या भारतामधून सैन्य आणून ब्रिटिशांनी सुमारे एक लाख इराकी लोकांना ठार केलं आणि हा उठाव मोडून काढला. तसंच अतिशय चतुरपणे नूरी सय्यद या आपल्या हातचा बाहुला असलेल्या इराकच्या राजाला सत्तेवर बसवून, आपण इराकवर राज्य गाजवणार नसल्याचं ब्रिटिशांनी

जाहीर केलं. प्रत्यक्षात ब्रिटिशांनी अर्थातच इराकवरची आपली पकड ढिली होऊ नये यासाठी कट-कारस्थानं रचली होती. इराकची अर्थव्यवस्था, बंदरं, तेल, व्यापार या सगळ्यांवर इराकचा अंमल कायम राहिला. १९२५ साली ब्रिटिशांनी इराकमध्ये तेलाचा शोध सुरू केला आणि त्यानंतर पाच वर्षांनी इराकमधून तेलाची निर्यात सुरू झाली. अशी ही इराकची पूर्वीची पार्श्वभूमी होती. त्यानंतरच्या इराकी इतिहासाकडे वळण्यापूर्वी आपण इराककडे अमेरिकेची नजर का वळली, याचा थोडक्यात आढावा घेऊ.

११ सप्टेंबर २००१ या दिवशी अमेरिकेवर झालेल्या भीषण हल्ल्यानंतर अमेरिकेनं अफगाणिस्तानवर हल्ला करणं एक वेळ समजण्यासारखं आहे; पण त्यानंतर अमेरिकेनं इराकवर कशासाठी हल्ला केला हे मात्र मोठं कोडंच आहे. यामागचं स्पष्टीकरण स्वत: जॉर्ज डब्ल्यू. बुश या अमेरिकन राष्ट्रपतीला किंवा त्याच्या सहकाऱ्यांना अजिबातच देता आलं नाही. त्यामुळे त्यांनी वारंवार वेगवेगळी कारणं देण्याचा अनाकलनीय प्रयत्न करून बघितला. कुठलंही भरभक्कम कारण नजरेसमोर नसताना अमेरिकेनं इराकवर हल्ला केला, हेच यामधलं सत्य आहे. खरं म्हणजे, २००१ सालच्या जानेवारी महिन्यात अमेरिकन राष्ट्रपतीपदाची सूत्रं हाती घेतल्यापासूनच जॉर्ज डब्ल्यू. बुशचा इराकवर डोळा होता. सीआयएचा संचालक जॉर्ज टेनेट यानं राष्ट्रपती बुश आणि उपराष्ट्रपती डिक चेनी यांना एका बैठकीत विमानातून काढलेला एक फोटो दाखवला. त्यात इराकमधली एक इमारत होती. या इमारतीमध्ये रासायनिक किंवा जैविक अस्त्रांची निर्मिती होत असावी असं मत टेनेटनं व्यक्त केलं. यानंतर दोन दिवसांनी झालेल्या एका बैठकीत परराष्ट्रमंत्री, म्हणजेच 'सेक्रेटरी ऑफ स्टेट' कॉलिन पॉवेलनं या संदर्भात इराकवर आर्थिक निर्बंध घालण्याचा विषय काढला. त्यावर संरक्षणमंत्री, म्हणजेच 'सेक्रेटरी ऑफ डिफेन्स' डॉनल्ड रम्सफेल्डनं, इराकवर फक्त आर्थिक निर्बंध घालणं पुरेसं नसून सद्दामचाच काटा आपण काढला पाहिजे, अशी प्रतिक्रिया दिली. इराकला अमेरिकेच्या तालावर नाचवण्यासाठी हे करणं गरजेचं असल्याचं मत त्यानं व्यक्त केलं. अशा रीतीनं अमेरिकेच्या इराकमधल्या अनाकलनीय घुसखोरीची बीजं इथं पेरली गेली. याविषयी फारशी चर्चा झालीच नाही. इराकवर हल्ला का करायचा हा मुद्दा मागे पडून, राष्ट्रप्रमुख सद्दाम हुसेनला त्याच्या पदावरून कसं हटवता येईल, याविषयीच्या चर्चेनं जोर पकडला. या सद्दामच्या पार्श्वभूमीकडे आता वळू.

१९३७ साली जन्मलेल्या सद्दाम हुसेननं आपल्या वयाच्या विसाव्या वर्षी इराकमधल्या 'बाथ' पक्षाचं सदस्यत्व स्वीकारून राजकारणात प्रवेश केला होता. अरब राष्ट्रांच्या एकीकरणासाठी काम करण्याच्या हेतूनं सीरियामध्ये या

पक्षाची निर्मिती करण्यात आली होती. १९५० च्या दशकात यातून प्रेरणा घेऊन काही मध्यमवर्गीय विचारसरणीच्या लोकांनी इराकमध्ये एका स्वतंत्र बाथ पक्षाची स्थापना केली. हे दोन पक्ष वेगळे राहिले असले, तरी त्यांच्यामध्ये विचारसरणीचं आदानप्रदान होत राहिलं. सीरियामध्ये या पक्षाची निर्मिती करणाऱ्या माणसाला खूप त्रास देण्यात आल्यामुळे १९६८ साली त्यानं इराकमध्ये स्थलांतरित व्हायचं ठरवलं. यानंतर काही काळ उलटून गेल्यावर सीरियामधला बाथ पक्ष आणि इराकमधला बाथ पक्ष यांच्यामध्ये भांडणं सुरू झाली आणि ती टोकाला पोहोचली. १९५९ साली इराकमधल्या हुकूमशहाची हत्या करायचं काम सद्दाम हुसेन आणि त्याच्या बाथ पक्षाच्या इतर सहकाऱ्यांवर सोपवण्यात आलं. पण सद्दामच्या हातून काहीतरी घोटाळा झाल्यावर, आपली खैर नाही हे ओळखून सद्दाम इराकमधून सटकून सीरियामध्ये गेला. तिथून इजिप्तमध्ये गेलेल्या सद्दामनं काही काळ शिक्षणावर आपलं लक्ष केंद्रित केलं. या काळात इजिप्तमध्ये नासरवाद फोफावला होता. सगळ्या अरब देशांना एकत्र आणून त्यावर आपली छाप उमटवायची नासरची इच्छा सद्दामच्या मनावर चांगलीच ठसली. १९६३ साली इराकमध्ये घडलेल्या क्रांतीनंतर काही काळ बाथ पक्षाकडे देशाचं नेतृत्व आलं. त्यामुळे, आपल्याला आता महत्त्वाची भूमिका बजावायला मिळेल, या आशेनं इराकमध्ये परतलेल्या सद्दामची पार निराशा झाली. कारण दीर्घकाळ इराकमधून गायब असलेल्या सद्दामला फारसं महत्त्व द्यायला कुणी तयार नव्हतं. यानंतर एका खुनाच्या प्रयत्नाच्या आरोपावरून सद्दामला तुरुंगवासात राहावं लागलं. तिथून बाहेर पडल्यावर बाथ पक्षामध्ये आपला वरचष्मा प्रस्थापित केला पाहिजे याची खूणगाठ सद्दामनं आपल्या मनाशी बांधली. सद्दामकडे बाथ पक्षाच्या लष्करी विभागाची सूत्रं देण्यात आली. यामागचं मुख्य कारण, बाथ पक्षाच्या सर्वोच्च नेत्याशी सद्दामच्या घरच्या मंडळींचे जिव्हाळ्याचे संबंध असणं, हे होतं. १९६८ सालच्या निवडणुकीमध्ये विजय मिळवून बाथ पक्ष परत एकदा इराकच्या सत्तेवर आला. सद्दामचं नशीब फळफळलं. देशाच्या कारभाराशी संबंधित असलेले महत्त्वाचे निर्णय घेणाऱ्या एका समितीच्या उपाध्यक्षपदी सद्दामची निवड झाली. यानंतर सद्दामनं आपल्या विरोधकांना एकापाठोपाठ एक खतम करायचा सपाटा सुरू केला. त्यामुळे १९७० च्या दशकात इराकी जनता सद्दामकडे, देशामधल्या सगळ्यात ताकदवान माणसांपैकी दुसऱ्या क्रमांकावरचा माणूस म्हणून बघायला लागली. अर्थात, सद्दामचं यावर समाधान होणं शक्यच नव्हतं. त्यानं आता इराकचं राष्ट्रपतीपद पटकावण्यासाठी कंबर कसली. त्यासाठीची सगळी सूत्रं फिरवून १६ जुलै १९७९ या दिवशी इराकच्या प्रमुखपदी सद्दामची झालेली निवड स्वतः सद्दामनं 'नाइलाजानं' मान्य केली. राष्ट्रपतीपदावर निवड होताच

सद्दामनं अत्यंत क्रूरपणे शेकडो लष्करी अधिकारी आणि इतर विरोधकांची कत्तल करवली.

अर्थातच बहुतेक सगळे हुकूमशहा फक्त क्रूर कामं करून आणि लोकांवर दडपण टाकून स्वस्थ बसत नाहीत. यामुळे आपल्या विरोधात वातावरण तापू शकतं याची त्यांना जाणीव असते. त्यामुळे लोकांच्या मनात ठसठसणाऱ्या एखाद्या प्रश्नाचा संदर्भ घेऊन आपण त्यांचे तारणहार कसे आहोत हे दाखवण्यासाठी त्यांची धडपड सुरू असते. सद्दामनंही अशीच पावलं उचलायचं ठरवलं होतं. फक्त इराकलाच नव्हे, तर सगळ्या अरब देशांना वाचवण्यासाठी आपला जन्म झाला असल्याचं भासवून त्यानं सर्वसामान्य लोकांच्या भावनांना हात घालायला सुरुवात केली. यातूनच इराणवर हल्ला करायची कल्पना सद्दामला सुचली. इराण तेव्हा आपल्या अंतर्गत प्रश्नांमुळे बेजार झाला होता. याउलट, इराकची लष्करी तयारी तसंच इराकी लोकांमध्ये असलेला आत्मविश्वास या दोन्ही गोष्टी अगदी वरच्या दर्जाच्या आहेत असं चित्र दिसत होतं. त्यामुळे इराणला नामोहरम केलं तर इराकची पत आणखी वाढेल, याविषयी सद्दामला खात्री वाटत होती. खोमेनीच्या नेतृत्वाखालच्या इराणनं या काळात शाहच्या सत्तेच्या सगळ्या पाऊलखुणा पुसून टाकण्यासाठी जोमानं प्रयत्न सुरू केले होते. लष्करी अधिकाऱ्यांपासून शिक्षकांपर्यंत अनेक जुन्या लोकांना कामावरून कमी करण्यात आलं होतं. लष्करामधल्या शाहच्या बाजूच्या लोकांना तर मृत्युदंडच दिला गेला होता. त्यातच इराणच्या सीमेनजीकच्या भागातल्या लोकांनी, आपल्याला स्वातंत्र्य मिळालं पाहिजे, अशी हाकाटी दिली होती. कूर्द लोकांनी इराणच्या सीमेनजीकच्या भागामध्ये उठाव घडवून आणायचे प्रयत्न सुरू केले होते. साहजिकच सगळ्या दिशांनी इराण अडचणीत सापडला असल्याचं दृश्य दिसत होतं. त्यामुळे इराणला नमवायची हीच संधी असल्याचं सद्दामचं मत झालं. १७ जुलै १९८० या दिवशी सद्दामनं इराकच्या राष्ट्रपतीपदाची जबाबदारी सांभाळून, एक वर्ष झाल्याच्या निमित्तानं इराक सरकारनं लंडनच्या 'टाईम्स'मध्ये चक्क दोन पानी जाहिरात दिली. त्यात आजवरच्या इतिहासात चमकदार कामगिरी करून दाखवलेल्या नेत्यांच्या यादीमध्ये सद्दामची भर पडेल का, असा प्रश्न विचारण्यात आला होता. सद्दामचं वय फक्त ४४ वर्षांचं असल्यामुळे असं व्हायची दाट शक्यता असल्याचं मत या जाहिरातीमध्ये व्यक्त करण्यात आलं होतं. २२ सप्टेंबर १९८० या दिवशी इराकनं इराणवर हल्ला केला.

इराण-इराक युद्धाचे तीन प्रमुख टप्पे असल्याचं मानलं जातं. एक वर्षाहून कमी काळ चाललेल्या पहिल्या टप्प्यात इराकला प्रचंड यश मिळालं. इराकी लष्करानं इराणमधला तेलसंपन्न असलेला मोठा प्रदेश या काळात आपल्या ताब्यात

घेतला. सप्टेंबर १९८१ ते जुलै १९८२ या काळातल्या दुसऱ्या टप्प्यात इराणनं इराकच्या हल्ल्यांना जोरदार प्रतिकार केला. त्यामुळे इराणनं इराककडून आपला गमावलेला जवळपास सगळा प्रदेश परत मिळवला. पण यानंतर इराणच्या लष्करी साम्राज्याच्या आक्रमणामधली धार कमी होत गेली. त्यामुळे जवळपास सहा वर्षं चाललेल्या, जुलै १९८२ ते जुलै १९८८ या काळातल्या, युद्धाच्या तिसऱ्या टप्प्यात इराण आणि इराक या दोन्ही देशांची कधी सरशी होणं तर कधी अधोगती होणं, हे चित्र कायम दिसायचं. यातून नक्की असं कुणी वरचष्मा गाजवू शकायचं नाही. शेवटी दोन्ही बाजूंच्या लाखो लोकांच्या मृत्यूनंतर संयुक्त राष्ट्रसंघाच्या वतीनं करण्यात आलेली युद्धबंदी १८ जुलै १९८८ या दिवशी इराणनं मान्य केली आणि हे भीषण युद्ध थांबलं.

या युद्धाच्या काळात, आपण इराणी लोकांमध्ये दुफळी निर्माण करू शकू, असा सद्दाम हुसेनला वाटत असलेला आत्मविश्वास चुकीचा ठरला. इराणी लोकांनी नुकताच शाहच्या विरोधातला आपला उठाव यशस्वी करून खोमेनीला सत्तेवर आणलेलं असलं, तरीही आता आपल्या देशात सद्दाम हुसेनच्या रूपानं एक बाह्य शत्रू घुसखोरी करत असल्याचं बघून इराणमधलं जनमत देशप्रेमानं भारून गेलं आणि सद्दामच्या विरोधात एकवटलं. युद्धाच्या सुरुवातीच्या काळात इराण आणि इराक या दोन्ही देशांकडे प्रत्येकी सुमारे २.४० लाख सैनिक होते. युद्ध संपायच्या काळात इराणी सैनिकांचा आकडा २.५० लाखांवर जाऊन पोहोचला. ही किमया खोमेनीनं अत्यंत चाणाक्षपणे लोकांच्या भावनांना हात घालून, त्यांना आपल्या लष्कराची सेवा करण्यासाठी प्रवृत्त करण्याच्या यशातून घडली होती. देशभक्ती आणि धर्म यांचा आधार घेऊन खोमेनीनं इराणी लोकांना लष्करामध्ये भरती होण्यासाठी किंवा बाहेरून लष्कराच्या वतीनं लढण्यासाठी चेतवलं. युद्ध सुरू झालं तेव्हा इराणच्या लष्करी ताकदीचा आणि इराणी लोकांच्या लढाऊ वृत्तीचा सद्दाम हुसेनला पुरेसा अंदाज आला नव्हता. आपण फक्त तीन आठवड्यांच्या काळात इराणला नमवू, असा आत्मविश्वास त्याला होता; पण प्रत्यक्षात युद्ध सुरू झाल्यानंतर काही काळातच आपला अंदाज साफ चुकला असल्याचं सद्दामच्या लक्षात आलं. त्यामुळे त्यानं तातडीनं हे युद्ध थांबवण्यासाठी आणि इराणशी तह करण्यासाठी प्रयत्न सुरू केले. पण खोमेनीला मात्र हे युद्ध इतक्यात थांबवण्यात अजिबात रस नव्हता. उलट, आपल्या देशावर शत्रूनं केलेला हल्ला परतवून लावण्यासाठी आपण सगळ्यांनी एकत्र येऊन लढलं पाहिजे, असा संदेश खोमेनीला इराणच्या नागरिकांना द्यायचा होता. त्यासाठी हे युद्ध जितकं लांबेल तितकं चांगलंच, असं खोमेनीचं मत होतं. कारण त्यामुळे इराणच्या नागरिकांना भडकवत ठेवणं आणि आपल्या विरोधातल्या चळवळी मंद करून

टाकणं शक्य होईल, याची खोमेनीला कल्पना होती. त्यामुळे इराकनं इराणच्या कब्जा केलेल्या भागांमधून आपलं सैन्य पूर्णपणे काढून घेतल्याशिवाय आणि हे भाग इराणला परत केल्याशिवाय आपण कुठलीही चर्चा करायला तयार नसल्याचं खोमेनीनं इराकला सांगितलं.

१९८४ सालापासून इराकनं या युद्धात रासायनिक शस्त्रंसुद्धा वापरायला सुरुवात केली. यातून जडलेले आजार-विकार यांच्यामुळे, युद्ध संपल्यावर १२ वर्षांच्या आत किमान १५ हजार इराणी सैनिकांचा मृत्यू झाला, असं मानलं जातं. नंतरच्या काळात तर इराकनं आपल्याच देशातल्या कूर्द लोकांच्या वस्त्यांवर अशा रासायनिक शस्त्रांचा वापर केला. त्यात हजारो निरपराध कूर्द लोकांचा मृत्यू झाला. या दरम्यान १९८८ सालच्या जुलै महिन्यात २९० इराणी नागरिक असलेल्या एका प्रवासी विमानावर मध्यपूर्व आशियामधल्या अमेरिकेन नौदलानं क्षेपणास्त्र डागून ते विमान पाडलं. त्यामुळे भडकलेल्या खोमेनीनं, निरपराध इराणी नागरिकांची 'भयंकर सैतानानं' जाणूनबुजून हत्या केल्याचा आरोप केला. अमेरिकनं अर्थातच हा प्रकार 'चुकून' झाला असल्याचं सांगितलं. यानंतर दोन आठवड्यांच्या काळातच इराणनं संयुक्त राष्ट्रसंघाचा शांतता प्रस्ताव मान्य करून इराकबरोबरचं युद्ध थांबवायचा निर्णय घेतला.

इराण-इराक युद्धात विजयी कोण ठरलं हे निश्चितपणे सांगता येत नाही. प्रचंड जीवितहानी झालेल्या या युद्धानं या दोन्ही देशांचं नुकसानच जास्त झालं. तरीही सद्दाम हुसेन आणि खोमेनी हे दोघंही, आपण शत्रूचं जास्त नुकसान केलं असल्याच्या बढाया तेवढ्या मारत राहिले. अभ्यासकांच्या मते या युद्धात सुमारे २.०५ लाख इराणी आणि १.०५ लाख इराकी लोक मृत्युमुखी पडले. एकंदर जवळपास १० लाख लोक जखमी झाले. याशिवाय लाखो सैनिक गायब झाले आणि हजारोंना शत्रूनं पकडून तुरुंगात टाकलं. किमान ५०-७० हजार इराकी सैनिकांना इराणनं पकडलं, असं मानलं जातं. इराकनं किती इराणी सैनिकांना पकडलं याची आकडेवारी मात्र उपलब्ध नाही. क्षेपणास्त्रांच्या आयातीचा खर्च वगळता या युद्धात इराणनं ७४००-९१०० कोटी डॉलर्स, तर इराकनं ९४००-११,२०० कोटी डॉलर्स खर्च केले, असं मानलं जातं. याचा दोन्ही देशांच्या अर्थव्यवस्थांवर अर्थातच भीषण परिणाम झाला. त्यातही इराकला याचा झटका जास्त जोरात बसला. या युद्धामुळे इराकला ८,९०० डॉलर्सचं कर्ज घ्यावं लागलं. त्यापैकी पाच ते साडेपाच कोटी डॉलर्सचं कर्ज इराकला सौदी अरेबिया, कुवेत आणि संयुक्त अरब अमिराती या दक्षिणेकडच्या शेजाऱ्यांनी दिलं.

या युद्धामुळे सद्दाम हुसेन चांगलाच गोत्यात आला. आपण इराणवर अगदी जलदपणे आणि सहजपणे विजय मिळवू अशा फुशारक्या मारून सद्दामनं हे युद्ध

सुरू केलं असलं, तरी प्रत्यक्षात या युद्धामुळे इराकची झालेली आर्थिक तसंच मनुष्यबळाच्या संदर्भातली हानी भयंकरच होती. इराणला या युद्धामुळे येणाऱ्या खर्चाची थोडीफार चाहूल लवकरच लागल्यामुळे, इराणनं लोकांना लागणाऱ्या रोजच्या वापरातल्या वस्तूंवर 'रेशन' लागू केलं होतं. तसंच चैनीच्या वस्तूंच्या वापरावर इराणनं बंदी घातली होती. तसंच आपल्यावर हल्ला करणाऱ्या शत्रूला हरवण्यासाठी म्हणून खोमेनीनं इराणच्या जनतेला दिलेल्या हाकेमुळे इराणची जनता या अडचणी सहन करायला तयार होती. साहजिकच या युद्धामुळे इराणमध्ये खोमेनीची सत्ता आणखीनच बळकट झाली. इराणविरुद्धच्या युद्धामुळे इराकवर ६ हजार कोटी डॉलर्सचं प्रचंड कर्ज झालं. हे कर्ज इराकला प्रामुख्यानं कुवेत आणि सौदी अरेबिया यांनी दिलं होतं. या काळात इराकनं शस्त्रास्त्रं तसंच इतर लष्करी तयारी यांच्यासाठी १००० डॉलर्स खर्च केले होते. इराकच्या लष्करामधल्या सैनिकांची संख्या युद्धकाळात १.९० लाखांवरून तब्बल १० लाखांवर जाऊन पोहोचली होती.

सद्दामला प्रचंड प्राणहानी, आर्थिक महासंकट, कर्ज आणि देशामध्ये त्याच्या विरोधात वाढत चाललेली नाराजी, या सगळ्या गोष्टींना तोंड देणं जड व्हायला लागलं. यातून कसलाच मार्गही दिसत नव्हता. त्यामुळे सद्दामनं परत एकदा आक्रमक भूमिका घ्यायचं ठरवलं. यासाठी इराणच्या विरोधातलं युद्ध थांबवून दोन वर्षंसुद्धा होत नव्हती, तोवर सद्दामनं नव्यानं आक्रमण करायचं ठरवलं. या खेपेला सद्दामचं लक्ष्य कुवेत हे होतं. इराकची आर्थिक अवस्था अत्यंत बिकट होती. अशा कर्जबाजारी अवस्थेतल्या इराकला कुवेतनं पूर्वी दिलेलं एक हजार कोटी डॉलर्सचं कर्ज विसरून जावं, असं आता सद्दामनं सांगितलं. इराणच्या विरोधात इतर अरब देशांना असलेला धोका आपण एकट्याच्या डोक्यावर घेतल्याच्या बदल्यात आपल्याला ही कर्जमाफी मिळावी, असा सद्दामचा दावा होता. तसंच इराक आणि कुवेत यांच्या सीमेनजीकच्या रमिला इथल्या तेलाच्या साठ्यातून कुवेतनं प्रमाणाबाहेर तेल मिळवलं असल्याचा आरोपही इराकनं केला. यातून इराकच्या मालकीचं २४० कोटी डॉलर्स किमतीचं तेल कुवेतनं आपल्या घशात घातलं असल्याचं सद्दामचं म्हणणं होतं. तसंच तेलाचे साठे असलेल्या काही देशांनी एकत्र येऊन निर्माण केलेल्या 'ओपेक' या संघटनेनं तेलाचे भाव कुवेतसारख्या देशांमुळे कमी केले असल्याचं आणि त्यातून आपलं नुकसान होत असल्याचं इराकचं म्हणणं होतं. यामागचं कारण म्हणजे, तेलाचे भाव प्रती बॅरल १८ डॉलर्स इतके कायम राहावेत यासाठी प्रत्येक ओपेक सदस्यानं किती प्रमाणात तेलाचं उत्पादन करावं हे ठरवून देण्यात आलं होतं. पण कुवेत आणि सौदी अरेबिया यांच्यासारख्या देशांनी मात्र, आपल्याला ठरवून दिलेल्या प्रमाणापेक्षा

जास्त तेलाचं उत्पादन सुरू ठेवलं. साहजिकच तेलाचा भाव पडला. यामुळे इराकचं खूपच नुकसान झालं. तेलाचा भाव अशा प्रकारे प्रती बॅरल एक डॉलरनं घसरला तर इराकचं वार्षिक नुकसान १०० कोटी डॉलर्सचं असतं, असं इराकच्या परराष्ट्र मंत्र्यानं सांगितलं. साहजिकच तेलाचा भाव प्रती बॅरल १८ डॉलर्सवरून १२ डॉलर्सवर उतरल्यामुळे इराकचं प्रचंड नुकसान व्हायला लागलं. कुवेतनं आपल्या तेलाच्या उत्पादनाच्या प्रमाणात घट करावी यासाठी इराकनं दबाव वाढवत नेला. शेवटी १९९० सालच्या जुलै महिन्यात कुवेतनं इराकच्या दबावापुढे झुकून आपल्या तेलाच्या उत्पादनात घट आणायचं मान्य केलं. तरीही कुवेतनं आपल्याविरुद्ध आर्थिक युद्ध पुकारलं असल्याचा दावा सद्दामनं केला.

या दरम्यान सद्दामनं आपल्या इतर शत्रूंच्या विरोधात आक्रमक भाषा वापरायला सुरुवात केली. इस्रायलच्या विरोधातला सद्दामचा स्वर एकदम कठोर झाला. इराणमध्ये जन्मलेल्या एका ब्रिटिश पत्रकारावर आपल्याशी दगाफटका केल्याचा आरोप करून सद्दामनं त्याला ठार करवलं. सद्दामनं आपली हट्टाची भूमिका सोडावी यासाठी संयुक्त अरब अमिराती आणि कुवेत यांनी काही पावलं उचलून बघितली. इराकला आपल्या तेलाचा व्यापार वाढवता यावा यासाठी कुवेतनं आपल्या तेलाच्या उत्पादनामध्ये काही काळासाठी २५ टक्के कपात करायचा निर्णय घेतला. होस्नी मुबारक या इजिप्तच्या राष्ट्रपतीनं इराक आणि कुवेत यांच्यात समझोता घडवून आणण्यासाठी पुढाकार घेतला. पण या सगळ्याचा काही फायदा झाला नाही.

२ ऑगस्ट १९९० या दिवशी कुवेतच्या सीमेलगत तैनात केलेले सुमारे एक लाख इराकी सैनिक कुवेतमध्ये घुसले आणि काही तासांमध्येच इराकनं कुवेत देशामधलं त्याच नावाचं प्रमुख शहर, म्हणजेच कुवेत शहर, आपल्या ताब्यात घेतलं. कुवेतवर सत्ता असलेल्या राजघराण्यामधले जवळपास सगळे लोक घाबरून सौदी अरेबियामध्ये आश्रय घेण्यासाठी विमानानं पळून गेले. आठ वर्षांपूर्वी इराणवर काही आठवड्यांच्या काळातच विजय मिळवायचं स्वप्न बघणाऱ्या सद्दामनं या खेपेला मात्र फक्त काही तासांमध्येच कुवेतवर आपलं वर्चस्व प्रस्थापित केलं होतं. अत्यंत संपन्न असलेल्या कुवेतची मनसोक्त लूट करून झाल्यावर एका आठवड्याच्या आतच ८ ऑगस्ट १९९० या दिवशी कुवेत हा इराकचा एकोणिसावा प्रांत असल्याचं सद्दाम हुसेननं जाहीर करून टाकलं! याला विजय समजायचं, की येऊ घातलेल्या संकटांची सुरुवात समजायची, हे इराकच्या लोकांना कळत नसलं, तरी निदान तेव्हा तरी सद्दामच्या या धाडसाचं इराकी लोकांनी जोरदार स्वागत केलं. सद्दामच्या या साहसामुळे अरब देशांमध्ये प्रचंड अनिश्चिततेचं वातावरण निर्माण झालं. दुसरीकडे

अमेरिकेलाही सद्दामची ही मग्रुरी अजिबात पसंत नव्हती. इराकमध्ये मात्र आपल्या विरोधात अमेरिका आणि इस्रायल हे देश त्यांच्या सौदी अरेबिया, कुवेत आणि संयुक्त अरब अमिराती या अरब सहकाऱ्यांच्या मदतीनं कारवाया सुरू करत असल्याच्या बातम्या सद्दामनं पसरवल्या होत्या. त्यामुळे वेळीच आपण यातून धडा घेऊन पावलं उचलली पाहिजेत, असं सद्दामनं आपल्या देशवासियांना सांगितलं होतं.

आधीप्रमाणेच सद्दामनं याही खेपेला अनेक चुका केल्या. एक तर अमेरिकेची लष्करी ताकद किती जास्त आहे याचा त्याला पुरेसा अंदाज नव्हता. दुसरं म्हणजे, व्हिएतनाम युद्धाच्या पार्श्वभूमीवर आपल्या साहसाकडे सर्वसामान्य अमेरिकन नागरिक सहानुभूतीपूर्ण नजरेनं बघतील अशी सद्दामला आशा वाटत होती. पण व्हिएतनाम युद्धाचे साक्षीदार असलेले अमेरिकन लोक आधीच्या पिढीतले होते. १९८०-९० च्या काळातल्या अमेरिकन युवा पिढीला व्हिएतनाम युद्धामधल्या अपयशाशी काही देणंघेणं नव्हतं. तसंच सद्दामची प्रतिमा अमेरिकेमध्ये दहशतवादी, हुकूमशहा अशीच होती. त्यातच कुवेत हा तेलाचं उत्पादन करणाऱ्या देशांपैकी अत्यंत महत्त्वाचा देश असल्यामुळे, अमेरिका आणि इतर पाश्चिमात्य देशांना कुवेतविषयी जरा जास्तच 'काळजी' वाटत होती. अर्थात, सद्दाम हुसेन हा या काळात फसलेला एकटाच नेता नव्हता. अमेरिकन राष्ट्रपती जॉर्ज एच. डब्ल्यू. बुश, म्हणजेच सीनियर बुश, यानंसुद्धा सुरुवातीच्या काळात घेतलेली भूमिका साफ चुकीची निघाली. इराकवर आपण खूप आंतरराष्ट्रीय पातळीवरचा दबाव टाकला तर सद्दाम नमतं घेईल, अशी बुशला खात्री वाटत होती. त्यासाठी बुशनं सद्दामशी चर्चा करण्यासाठी अनेक जणांना पाठवलं. पण दर वेळी सद्दाम अगदी शेवटच्या क्षणी सगळी बोलणी फिस्कटून टाके. त्यामुळे शेवटी अमेरिकेसमोर सद्दामच्या कब्जातून कुवेतला मुक्त करण्यासाठी लष्करी कारवाई करण्याशिवाय दुसरा मार्गच उरला नाही. अमेरिकेच्या सगळ्या प्रस्तावांना सद्दामनं धुडकावून लावणं अगदी समजण्यासारखंच होतं. आपल्या देशवासियांच्या भावना भडकावून सद्दामनं कुवेतवर आक्रमण केलं होतं. आता आपण अमेरिकेच्या दबावाला घाबरून माघार घेत आहोत असं चित्र इराकी लोकांसमोर सादर करणं म्हणजे सद्दामच्या दृष्टीनं आत्महत्या करण्यासारखंच होतं.

अर्थात, या काळात इराकच्या विरोधात अरब देश वैतागले असले, तरी अमेरिकेच्या विरोधातसुद्धा अरब देशांमध्ये जनमत तयार होतं. १९८२ साली इस्रायलनं लेबेनॉनवर हल्ला केला तेव्हा लेबेनॉनच्या मदतीला अमेरिका का धावली नाही, असा सवाल अनेक लोक करत होते. तसंच इस्रायलनं पॅलेस्टिनी भूमीवर कित्येक वर्षं दहशतवादी मार्गांचा अवलंब करून आपला कब्जा केल्याचं

अमेरिकेला दिसत नाही का, असाही त्यांचा प्रश्न होता. काही देशांमध्ये तर अमेरिकेच्या विरोधातला निषेध इतका वाढला, की तिथं आता उठाव होतो की काय, अशी भीती राज्यकर्त्यांना वाटायला लागली. उदाहरणार्थ, सर्वसामान्यपणे अगदी उघडपणे अमेरिकेच्या मर्जीनुसार वागणाऱ्या जॉर्डनच्या राजानं आता या युद्धाच्या वेळी इराक किंवा अमेरिका यांच्यापैकी कुणाचीच भूमिका न स्वीकारता, आपण निष्पक्ष आहोत असं सांगितलं. तसंच इराक आणि कुवेत यांच्या दरम्यान मध्यस्थी घडवून आणायची तयारीही त्यानं दाखवली. पॅलेस्टिनी लोक उघडपणे इराकच्या बाजूनं होते. पण इतर अरब देशांनी मात्र, आपल्यावरची अमेरिकेची मर्जी उतरली तर त्याचे भीषण परिणाम होतील, या भीतीपोटी सौदी अरेबियाच्या बाजूनं इराकशी लढण्यासाठी आपल्या लष्कराला धाडलं. या युद्धाच्या दरम्यान सद्दाम हुसेननं आपल्या लष्कराला इस्रायलच्या दिशेनं काही 'स्कड' क्षेपणास्त्रं डागायला सांगितलं. त्यात काही इस्रायली नागरिक ठारसुद्धा झाले. पण आश्चर्याची गोष्ट म्हणजे, तरीसुद्धा इस्रायलनं इराकवर थेट हल्ला केला नाही. याचं कारण म्हणजे, इस्रायलला उचकवण्यासाठीच सद्दामनं या कारवाया केल्या असल्याचं अमेरिकेनं इस्रायलला पटवून दिलं होतं. तसंच इस्रायलनं प्रतिहल्ला केला तर अनेक अरब देश आपली बाजू बदलून इराकच्या बाजूनं उभे राहू शकतील, अशी भीती अमेरिकेला वाटत होती.

खरं म्हणजे, इराकचं इराणशी आठ वर्षं चालणारं भयानक युद्ध सुरू असताना अमेरिकेच्या कट्टर विरोधकांनी इराणमध्ये सत्ता काबीज केली होती आणि त्यांनी इराकला नमवू नये यासाठी अमेरिकेची धडपड सुरू होती. त्यामुळे तेव्हाचा अमेरिकन राष्ट्रपती रोनाल्ड रीगननं मध्यपूर्व आशियामधला आपला विशेष दूत असलेल्या डॉनल्ड रम्सफेल्डला इराकमध्ये सद्दाम हुसेनची भेट घ्यायला पाठवलं होतं. इराणविरुद्धच्या युद्धात इराकचा विजय होण्यासाठी आपण काय करू शकतो, असा प्रश्न सद्दामला विचारण्यात आला. इराकची अवस्था खरं म्हणजे अगदी खराब झाली होती. त्यामुळे अमेरिकेनं इराणच्या सैनिकांच्या हालचालींविषयीची अद्ययावत माहिती सद्दामकडे पाठवायला सुरुवात केली. त्यामुळे इराकला या युद्धात इराणवर हळूहळू वर्चस्व निर्माण करणं शक्य झालं. या काळात अमेरिकेनं सद्दामला २० कोटी डॉलर्सची शस्त्रास्त्रं तसंच लढाऊ हेलिकॉप्टर्स यांचा पुरवठा केला. याशिवाय अमेरिकेनं सद्दामला शेतीच्या संदर्भात ५०० कोटी डॉलर्सचं कर्ज दिलं आणि इराक ते जॉर्डन अशी पाईपलाईन उभी करण्यासाठी ६८.४० कोटी डॉलर्सचं साहाय्य दिलं. प्रत्यक्षात हे काम करण्यासाठीचं कंत्राट सद्दामनं अर्थातच एका अमेरिकन कंपनीला दिलं. नंतरच्या काळात सोविएत युनियननंही सद्दामला शस्त्रास्त्रांचा पुरवठा केल्यामुळे अमेरिकेचे सद्दामशी असलेले संबंध

काहीसे दुरावले. तरीही १९९० साली रीगनच्या जागी जॉर्ज एच. डब्ल्यू. बुशनं अमेरिकेचं राष्ट्रपतीपद स्वीकारेपर्यंतसुद्धा या संबंधांमध्ये फारशी कटुता नव्हती.

दरम्यान २५ जुलै १९९० या दिवशी सद्दाम हुसेननं एप्रिल गिलेस्पी या अमेरिकेच्या इराकमधल्या राजदूताला चर्चेसाठी बोलावून घेतलं आणि आपल्याला अमेरिकेशी संबंध सुधारायचे असल्याचं सांगितलं. अचानकपणे मधूनच सद्दामनं आपल्या शेजारच्या कुवेतविषयीच्या तक्रारी सांगायला सुरुवात केली. बऱ्याच काळापासून, कुवेत हा इराकचाच भाग आहे, असं सद्दाम म्हणत असे. कुवेतनं इराकच्या विरोधात केलेल्या कारवायांचा एक पाढाच सद्दामनं गिलेस्पीसमोर वाचला. कुवेतच्या संदर्भातला आपला सहनशीलपणा संपत आल्याचं सांगून, वेळप्रसंगी आपण कुवेतमध्ये घुसू, असा इशारा त्यानं गिलेस्पीला दिला. काही वर्षांपूर्वी इराणवर सद्दामनं हल्ला केला तेव्हा अमेरिकेला आनंदच झाला होता. साहजिकच अमेरिकेनं इराकला पाठिंबा द्यायचं धोरण स्वीकारलं होतं. याही खेपेला अमेरिकेनं आपल्या कुवेतवरच्या संभाव्य आक्रमणाविषयी आक्षेप घेऊ नये यासाठी सद्दाम तयारी करत होता. त्यावर अमेरिकेचं अरब देशांमधल्या एकमेकांविरुद्धच्या लढायांविषयी तसंच या भागामधल्या प्रश्नांविषयी ठाम असं काहीच धोरण नसल्यामुळे, अमेरिकेला या प्रकरणात मधे पडायची गरज पडणार नाही, असं उत्तर गिलेस्पीनं दिलं. यानंतर एका आठवड्याच्या काळातच सद्दामनं कुवेतमध्ये आपलं लष्कर घुसवलं, अगदी सहजपणे कुवेतला नमवलं आणि कुवेत हा स्वतंत्र देश नसून, हा भाग म्हणजे इराकचं एकोणिसावं राज्य असल्याचं जाहीर केलं. अमेरिकेकडून या गोष्टीसंबंधी फारशी हरकत घेतली जाणार नाही अशा खुशीत असलेल्या सद्दामला, अमेरिकन राष्ट्रपती जॉर्ज एच. डब्ल्यू. बुशच्या प्रतिक्रियेनं धक्काच बसला. अमेरिका शेतीविषयक गोष्टींच्या संदर्भात इराकला कोट्यवधी डॉलर्सची मदत करत असे. तसंच इराकमध्ये मानवी हक्कांची पायमल्ली होत असल्याच्या आरोपांकडे अमेरिका साफ दुर्लक्ष करत असे. या परिस्थितीत अमेरिका आपल्या कुवेतवरच्या हल्ल्याकडेही सहानुभूतीच्या नजरेनं बघेल आणि त्याकडे साफ दुर्लक्ष करेल, अशी सद्दामची समजूत झाली होती.

कुवेतमधून अमेरिकेला मोठ्या प्रमाणावर तेल मिळत असल्यामुळे कुवेतची सुरक्षितता अमेरिकेच्या दृष्टीनं महत्त्वाची होती. त्यामुळे पुढचे पाच महिने सद्दामच्या विरोधात एकंदर ३४ देशांची सहमती मिळवण्यासाठी बुशनं खूप प्रयत्न केले. १६ जानेवारी १९९१ या दिवशी अमेरिकेनं इराक तसंच कुवेतमधले इराकी तळ यांच्यावर बॉम्बहल्ले सुरू केले. त्यापाठोपाठ अमेरिकन लष्कर कुवेतमध्ये घुसलं आणि इराकी सैनिकांना फक्त कुवेतबाहेर घालवूनच अमेरिकन सैनिक थांबले नाहीत, तर त्यांचा पाठलाग करत ते थेट बगदादमध्ये शिरले. काही जणांनी

सद्दामचा काटा काढून त्याच्या जागी दुसरा इराकी राष्ट्रप्रमुख नेमण्याचा सल्ला बुशला दिला; पण चाणाक्षपणे बुशनं त्याला नकार दिला. अशा प्रकारे, अमेरिकेची आपल्याला संमती आहे, अशा भ्रमात कुवेतवर केलेला हल्ला सद्दामला भलताच महाग पडला. यातून पुढच्या दशकभरात अमेरिका आणि सद्दाम यांच्यात एक छुपं युद्धच सुरू राहिलं.

अमेरिकेनंसुद्धा इराकच्या लष्करी ताकदीला खूप जास्त लेखायची चूक केली. अमेरिकेचा हल्ला सुरू होण्यापूर्वी, हे युद्ध अमेरिकेला अगदी सहजपणे जिंकणं अवघड आहे, असं मानलं जाई. इराकच्या लष्करामध्ये आधुनिक तंत्रज्ञान तसंच जिगर या दोन्ही गोष्टी असल्यामुळे अमेरिकेसमोरची वाट अगदी सोपी नाही, असं संबंधितांचं मत होतं. त्यातच सद्दामनं हे युद्ध 'सगळ्या युद्धांची जननी' असेल अशी वल्गना केल्यामुळे, इराक अमेरिकेला जेरीला आणणार, असं सगळ्यांना वाटत होतं. पण प्रत्यक्षात इराकी लष्करानं अमेरिकेपुढे साफ नांगीच टाकली. इराणविरुद्धचं दीर्घकाळ चाललेलं युद्ध आणि त्यानंतरसुद्धा सद्दामनं बारीकसारीक गोष्टींमध्ये विनाकारण नाक खुपसून लष्करी अधिकाऱ्यांना आणलेला वैताग, या गोष्टींमुळे इराकी फौजा लढायच्या स्थितीतच नव्हत्या. साहजिकच इराकी सैनिक अमेरिकेला धडाधड शरण येत गेले. कित्येक इराकी सैनिकांनी तर पाश्चिमात्य देशांमधून या युद्धाचं वार्तांकन करण्यासाठी आलेल्या पत्रकारांना सैनिक समजून त्यांच्यापुढेच शरणागती पत्करायचा हास्यास्पद प्रकार केला. अमेरिकेच्या ४.३० लाख सैनिकांच्या मदतीला संयुक्त राष्ट्र संघाच्या अमलाखाली येणाऱ्या अनेक देशांनी ५.३० लाख सैनिक पाठवले होते. याशिवाय इंग्लंड, सौदी अरेबिया, इजिप्त, सीरिया, फ्रान्स अशा देशांनीही सद्दामशी लढण्यासाठी आपली लष्करी मदत पाठवली. अमेरिकेच्या अत्याधुनिक लष्करी तंत्रज्ञानापुढे इराकच्या लष्कराचं बाळबोध तंत्रज्ञान अगदीच फिकं पडलं. या युद्धाच्या काळात अमेरिका आणि तिच्या सहकाऱ्यांनी इराक तसंच कुवेत यांच्या भूमीवर तब्बल १.४२ लाख टन वजनाचे बॉम्ब्ज टाकले. किमान १ लाख इराकी सैनिक मारले गेले आणि ६० हजार शरण आले. इराकचे हजारो रणगाडे आणि इतर लष्करी वाहनं, उपकरणं, शस्त्रास्त्रं हे सगळं नष्ट झालं. या तुलनेत अमेरिकेचे फक्त १४८ सैनिक ठार झाले.

अमेरिकेनं कुवेतमधून इराकला बाहेर काढलं असलं, तरी स्वत: इराकमध्ये घुसखोरी केली नव्हती. असं करण्यानं आंतरराष्ट्रीय समुदायाचं मत आपल्या विरोधात जाऊ शकतं, असं मत जॉर्ज एच. डब्ल्यू. बुशनं व्यक्त केलं होतं. प्रत्यक्षात अमेरिकेचे डावपेच वेगळेच होते. इराकमध्ये या युद्धाच्या काळात अमेरिकेनं फक्त ४३ दिवसांच्या काळात तब्बल ९० हजार टन वजनाचे बॉम्ब्ज

टाकले. जाणूनबुजून अमेरिकेनं इराकमधल्या सार्वजनिक सुविधा आणि यंत्रणा, वीस वीजनिर्मिती केंद्रांपैकी अठरा केंद्रं तसंच पाणीपुरवठा, पाणीशुद्धीकरण यंत्रणा आणि आरोग्य-स्वच्छता विभागाची यंत्रणा हे सगळं उद्ध्वस्त केलं, असं 'नेशन'नं म्हटलं होतं. यामुळे इराकमध्ये मोठ्या प्रमाणावर रोगांच्या साथी पसरतील आणि लहान बालकांचा मृत्यू ओढवेल याची अमेरिकन अधिकाऱ्यांना पूर्ण कल्पना होती, असं अधिकृत कागदपत्रांच्या अभ्यासात दिसून आलं आहे. इराकच्या नद्यांमध्ये अनेक जीवजंतू आणि प्रदूषण करणारे घटक असल्यामुळे क्लोरिनचा वापर करून तिथलं पाणी शुद्ध केलं नाही तर कॉलरा, कावीळ, घटसर्प अशा प्रकारचे साथीचे आजार पसरतील, असा इशारा अमेरिकेच्याच एका अहवालात देण्यात आला होता. या युद्धानंतर इराकवर अमेरिकेनं घातलेल्या निर्बंधांमध्ये इराकच्या क्लोरिनच्या आयातीवर बंदी घालण्यात आली होती. या सगळ्याचा हेतू, इराकमध्ये बेबंदशाहीचं वातावरण निर्माण करणं, जनतेमध्ये सद्दाम हुसेनच्या विरोधात जनमत पेटवणं आणि देशामध्ये उठाव घडवून आणणं, हा होता. म्हणजेच इराकवर प्रत्यक्षात हल्ला न करताच सद्दाम हुसेनची हकालपट्टी करण्यासाठी शक्य ते सगळं करायचा अमेरिकेचा कुटील डाव होता.

इराकवरच्या हल्ल्याच्या सुरुवातीला अमेरिकेनं इराकवर प्रचंड मोठे बॉम्बहल्ले करून इराकला जेरीला आणलं. नंतरच जमिनीवरचं युद्ध सुरू झालं. पण ते जेमतेम चारच दिवस टिकलं. त्यानंतर सद्दाम हुसेननं शरण येत युद्धबंदीचा स्वीकार केला. या पराभवामुळे सद्दामला इराकमधले कूर्द आणि शिया पंथीय यांच्याकडून मोठ्या प्रमाणावर उठावाच्या वातावरणाला तोंड द्यावं लागलं. तेव्हा इराकच्या जनतेपैकी अल्पसंख्याक असलेल्या या लोकांवर सतत अत्याचार केले जायचे. तसंच कूर्दिश आणि शिया लोक इराकमध्ये सतत हिंसक कारवाया करून सरकारला जेरीला आणायचे प्रयत्न करायचे. कुवेत प्रकरणात सद्दाम हुसेनचा पराभव झाल्याबरोबर दडपल्या गेलेल्या या दोन अल्पसंख्याक समुदायांनी इराकमध्ये आपल्या कारवाया सुरू केल्या. त्यातच शिया लोकांची भौगोलिक जागा इराणच्या जवळची असल्यामुळे, या कारवाया तातडीनं बंद केल्या पाहिजेत, याची सद्दाम हुसेनला जाणीव झाली. त्यामुळे त्यानं शिया लोकांवर हल्ले करायला सुरुवात केले. इराकी लष्कर लागोपाठच्या युद्धांमुळे अत्यंत दुबळं आणि जर्जर झालेलं असूनसुद्धा, अगदी कमी ताकदीच्या शिया लोकांना ते भारी पडलं. त्यानंतर इराकच्या उत्तरेकडच्या भागांवर आपलं वर्चस्व प्रस्थापित करणाऱ्या कूर्द लोकांकडे सद्दामची नजर वळली. किमान एक लाख कूर्दिश लोकांच्या शिरकाणानंतर सद्दामनं परत एकदा इराकच्या उत्तरेकडच्या भागांमध्ये आपला दबदबा निर्माण केला. कूर्दिश लोकांवर होत असलेल्या अत्याचारांकडे आंतरराष्ट्रीय समुदायाचं बऱ्याच

उशिरा लक्ष गेलं. पण इराण आणि तुर्कस्थान या देशांमध्ये इराकमधले कुर्दिश लोक मोठ्या प्रमाणावर स्थलांतरित होत असलेले बघून अमेरिकेनं इराकच्या उत्तर आणि दक्षिण भागांमध्ये अल्पसंख्याकांसाठी खास जागा ठरवून दिली. तसंच या भागांमध्ये इराकनं आपली विमानं उडवू नयेत असा इशाराही सद्दाम हुसेनला देण्यात आला. त्यामुळे आपोआपच इराकचं विभाजन होऊन इराकच्या उत्तरेकडचा भाग सद्दाम हुसेनच्या अमलाखालून निसटला. देशाच्या इतर भागांमध्ये मात्र सद्दामचा वरचष्मा कायम राहिला. हा सगळा आधीचा इतिहास झाला. ९/११ च्या अमेरिकन हल्ल्याशी सद्दाम हुसेनचा किंवा इराकचा दुरान्वयेसुद्धा संबंध नव्हता, तरीही अमेरिकेनं हे युद्ध केलं.

दरम्यानच्या काळात अमेरिकेनं घातलेले आर्थिक निर्बंध तसंच अमेरिकेच्या हल्ल्यामुळे झालेलं नुकसान यांच्यामुळे इराकचं खूप नुकसान झालेलं असलं, तरी संधी मिळेल तेव्हा अमेरिकेच्या टेहळणी करणाऱ्या विमानांवर हल्ला करून ती पाडायचे आदेश सद्दामनं आपल्या सैनिकांना दिले. त्यात इराकी सैनिकांना यश आलं नसलं, तरी अमेरिकेनं मात्र सद्दामच्या शस्त्रास्त्रांच्या तसंच लढाऊ विमानांच्या सगळ्या ठिकाणांवर हल्ले करून ते नेस्तनाबूत करण्यात बऱ्यापैकी यश मिळवलं. १९९३ साली सद्दामनं माजी अमेरिकन राष्ट्रपती बुशची हत्या करण्यासाठीचा कट रचल्याच्या बातम्या प्रसिद्ध झाल्यावर, अमेरिकन विमानांनी थेट बगदादवरच हल्ला चढवला. यानंतर पाच वर्षांनी सद्दामनं संयुक्त राष्ट्र संघाच्या निरीक्षकांना इराकमधून घालवून दिल्यावर अमेरिकेनं नव्यानं इराकवर हल्ला केला. खरं म्हणजे, बुश सरकारमध्ये दहशतवादी कारवाया थांबवण्यासाठी निर्माण करण्यात आलेल्या विभागाचा प्रमुख असलेल्या रिचर्ड क्लार्कनं इराकचा अमेरिकेच्या विरोधात सुरू असलेल्या दहशतवादी कारवायांशी दुरान्वयेसुद्धा संबंध नसल्याचं मत व्यक्त केलं होतं. त्याला सीआयएचा उपाध्यक्ष जॉन मॅक्लॉफिन यानंही दुजोरा दिला होता. पण बुश सरकारला काहीही करून इराकवर आक्रमण करायचं असल्यामुळे, तर्कशास्त्र आणि पुरावे यांना तीलांजली देण्यात आली. कदाचित एफबीआय आणि सीआयए यांच्याकडून इराकच्या संदर्भातले पुरावे शोधण्यात काहीतरी चूक झाली असावी, असं मत व्यक्त करण्यात आलं.

अमेरिकेमधल्या रिपब्लिकन पक्षाच्या सरकारांच्या काळात सद्दाम हुसेनच्या संदर्भातल्या सगळ्या घडामोडी झालेल्या असल्यामुळे, रिपब्लिकन लोक सद्दामच्या लढाऊ वृत्तीला पार वैतागून गेले होते. यातूनच, सद्दामनं आपल्यावर मात केली असल्याचं आणि त्यामुळे त्याला चांगला धडा शिकवणं भाग असल्याचं मत पसरत गेलं. २००१ सालच्या सुरुवातीला आधीच्या बुशच्या मुलाकडे, म्हणजे जॉर्ज डब्ल्यू. बुशकडे अमेरिकेचं राष्ट्रपतीपद आल्यावर, या जुन्या रिपब्लिकन

मंडळींना, सद्दामवर सूड उगवायची योग्य वेळ चालून आली आहे, असं वाटलं. त्यात वरिष्ठ बुशच्या, म्हणजेच जॉर्ज एच. डब्ल्यू. बुशच्या राष्ट्रपतीपदाच्या कार्यकालात 'डिफेन्स सेक्रेटरी' पदावर असलेल्या आणि आता कनिष्ठ, म्हणजेच जॉर्ज डब्ल्यू. बुशच्या राष्ट्रपतीपदाच्या कार्यकालात उपराष्ट्रपती असलेल्या डिक चेनीचा समावेश होता. तसंच डॉनल्ड रम्सफेल्डही अशाच परिस्थितीत होता.

जॉर्ज डब्ल्यू. बुशनं सत्तेवर आल्याआल्याच सद्दाम हुसेनचा काटा काढायचं ठरवलं होतं. त्यातच अमेरिकेवर ९/११ चा हल्ला झाल्यामुळे बुशच्या समोर चांगली संधी चालून आली. सद्दामनं मागे आपल्या वडिलांची हत्या घडवून आणायचा प्रयत्न केला असल्याची गोष्ट बुश विसरला नव्हता. रिचर्ड क्लार्कसारख्या काही अधिकाऱ्यांना मात्र बुशचं हे धोरण अजिबात आवडलं नव्हतं. अमेरिकेवर झालेल्या हल्ल्याच्या विरोधात अल कायदावर तुटून पडणं ठीक आहे; पण इराकला विनाकारण यात ओढणं म्हणजे अक्षम्य गुन्हाच आहे, असं त्याचं मत होतं. याची तुलना त्यानं 'जपाननं पर्ल हार्बरवर केलेल्या हल्ल्याला प्रत्युत्तर म्हणून अमेरिकेनं मेक्सिकोमध्ये घुसखोरी करण्यासारखं ठरेल' अशा शब्दांमध्ये केली. काही दिवसांमध्येच बुशनं क्लार्क आणि त्याचे काही सहकारी यांना बोलावून घेतलं आणि अमेरिकेवरच्या हल्ल्यांचा संदर्भ काहीही करून सद्दामशी जोडण्यासाठी प्रयत्न करायला सांगितलं. त्यामुळे थक्क झालेल्या क्लार्कनं, हा हल्ला अल कायदानं केला असल्याचं बुशला परत एकदा सांगितलं. त्यावर, आपल्याला हे माहीत असून, तरीही कुठून तरी या हल्ल्याशी सद्दामचा संबंध जोडणं शक्य आहे का यासाठीचे सगळे बारीकसारीक तपशील परत एकदा तपासून बघायचे आदेश बुशनं दिले. अर्थातच अमेरिकेवरच्या हल्ल्याशी सद्दामचा दुरान्वयेही संबंध नव्हता. पण बुशनं काहीही करून हा संबंध कृत्रिमरीत्या जोडायचं ठरवलेलं असल्यामुळे, पुढच्या काही महिन्यांमध्ये अमेरिकेचं लक्ष सद्दामला कोंडीत पकडण्याकडे आणि इराकवर हल्ला करण्याकडे वळलं. आपल्या कारवाईचं समर्थन करण्यासाठी, सद्दाम जैविक तसंच रासायनिक अस्त्रं तयार करत असल्याचा खोटेपणा बुशनं केला. जाहीरपणे बोलत असतानादेखील बुश या संदर्भात कसलंही तारतम्य बाळगत नसल्याचं दृश्य अनेकदा अनुभवायला मिळालं. उदाहरणार्थ, एकदा बुशनं 'सद्दाम महाभयानक विष तसंच विषारी वायू यांचा वापर करून रोगराई पसरवण्याच्या प्रयत्नात आहे आणि तो अणुबॉम्बही वापरेल' असं अत्यंत संदर्भहीन आणि त्याच्या पदाला अजिबात न शोभणारं विधान केलं होतं.

मोठ्या प्रमाणावर सामूहिक हिंसा घडवण्यासाठी सद्दाम जैविक आणि रासायनिक अस्त्रं बनवत असल्याचा बुशचा दावा अर्थातच पूर्णपणे बिनबुडाचा होता. इराणविरुद्धच्या सततच्या आठ वर्षांच्या लढाईमुळे सद्दामचं सैन्य पार

थकून गेलं होतं. तसंच सद्दामची लष्करी ताकदही प्रचंड घटली होती. दशकभराच्या आर्थिक निर्बंधांमुळे इराकमधली परिस्थिती बऱ्यापैकी गंभीर होती. तसंच इराकी लष्कराकडची शस्त्रास्त्रं इतकी जुनीपुराणी होती, की ती एखाद्या पुराण वस्तूसंग्रहालयातदेखील खपली असती, असं काही जण विनोदानं म्हणायचे. तसंच सद्दाम हुकूमशहा असला तरी तो कट्टर देशभक्त होता. त्यानं आपल्या आयुष्याच्या उत्तरार्धात अल कायदासारख्या धर्मांध शक्तींशी लढा दिला होता. त्यामुळे इराकमधली हुकूमशाही पूर्वीप्रमाणेच सुरू राहण्याखेरीज सद्दाम हुसेनकडून जगाला तसा कोणताच धोका नव्हता. साहजिकच सद्दामवर आक्रमण करण्यात कसलाच मतलब नव्हता. पण बुशच्या आजूबाजूचे लोक त्याला अप्रिय वाटेल असं काही सांगत नसत. फक्त बुशच्या वडिलांच्या राष्ट्रपतीपदाच्या कार्यकालात राष्ट्रीय सुरक्षा सल्लागार म्हणून काम केलेल्या ब्रेंट स्कोक्रॉफ्ट यानं 'वॉल स्ट्रीट जर्नल'मध्ये एक लेख लिहून अमेरिकेवर झालेल्या हल्ल्यांच्या संदर्भात अल कायदाशी सद्दाम हुसेनचा संबंध जोडायचा प्रयत्न करणं म्हणजे मूर्खपणाचं असल्याचं स्पष्ट मत व्यक्त केलं. सद्दामची परिस्थिती बघता त्यानं असलं कृत्य करणं किंवा मोठ्या प्रमाणावर जीवितहानी घडवून आणण्यासाठी जैविक किंवा रासायनिक अस्त्रं बनवायचं काम हाती घेणं या दोन्ही गोष्टी अशक्य असल्याचं ठामपणे सांगितलं. त्याचबरोबर अमेरिकेनं इराकवर हल्ला करण्याला सगळ्या जगाचा साफ विरोध असल्याचा दाखला देत, तरीही बुशनं हट्टाला पेटून इराकवर हल्ला करण्याचा आततायी निर्णय घेतलाच तर तो अमेरिकेच्या अंगलट येईल, अशा इशारा त्यानं दिला.

नंतरच्या घटनाक्रमानं स्कोक्रॉफ्टचं म्हणणं तंतोतंत खरं ठरवलं. इराकवर अमेरिकेनं हल्ला केल्यामुळे ओसामा बिन लादेनसारख्या लोकांचं उलट फावलं. अर्थात, इराकवर हल्ला करण्यासाठीची बुश आणि चेनी यांची प्रत्यक्षातली कारणं वेगळीच होती. एक तर सद्दामचा काटा काढणं हा त्यामधला हेतू होता. दुसरं म्हणजे, इराणमधली अस्थिर परिस्थिती आणि मध्यपूर्व आशियाई देशांमधलं बदलतं चित्र यांच्यामुळे अमेरिकेची तेलाची भूक कशी भागवायची, हा प्रश्न त्यांच्यासमोर होता. या कामात जगातल्या एकूण तेलाच्या साठ्यांपैकी १० टक्के साठे असलेला इराक महत्त्वाचा ठरेल हे त्यांना माहीत होतं. तिसरं म्हणजे, मोठमोठ्या अमेरिकन कंपन्यांना इराकवरच्या हल्ल्यातून मोठ्या प्रमाणावर नवी कंत्राटं मिळणार होती. तेल शुद्धीकरणाच्या प्रकल्पापासून इराकमधल्या पायाभूत सुविधा नव्यानं उभ्या करणं तसंच तिथं तुरुंग उभे करणं अशा पूर्णपणे वेगवेगळ्या कामांसाठी अमेरिकन कंपन्या तयारच होत्या. युद्धसामुग्री, शस्त्रास्त्रं, लढाऊ विमानं अशा प्रकारच्या यंत्रणा उभ्या करणाऱ्या अमेरिकन कंपन्यांनाही यातून खूप काम

मिळालं. बुशच्या राष्ट्रपतीपदासाठीच्या निवडणुकीच्या वेळच्या प्रचारामध्ये या कंपन्यांनी मोठ्या प्रमाणावर अर्थसाहाय्य केलं होतं. त्याची परतफेड बुशला करणं भाग होतं. चौथं म्हणजे, डॉनल्ड रम्सफेल्डसारख्या लोकांना भविष्यातली युद्धं अमेरिका शक्य तितकं कमी नुकसान सोसून आणि अमेरिकेच्या सैनिकांची कमीत कमी मनुष्यहानी होऊन कशी जिंकता येतील यांच्यासाठीची एक 'प्रयोगशाळा' हवी होती. इराकचा या कामातसुद्धा वापर करता येईल असं त्यांना वाटत होतं. पाचवं म्हणजे, मध्यपूर्व आशियाई देशांवर आपली हुकूमत कायम राखण्यासाठी अमेरिकेला आपले लष्करी तळ उभे करणं गरजेचं होतं. पूर्वीपासून ही गरज इराण भागवायचा; पण १९७९ साली इराणमध्ये क्रांती झाल्यापासून अमेरिकेला या कामासाठी नव्या देशाची गरज भासायला लागली. या कामात सौदी अरेबियाचा वापर करावा असं अमेरिकेमधल्या काही जणांचं मत होतं. पण सौदी अरेबियामध्ये बऱ्यापैकी अस्थैर्य असल्यामुळे आणखी पर्यायांचा विचार अमेरिकेनं सुरू केला. इराकवर हल्ला करून आपली ही गरजसुद्धा भागवता येईल, हा विचार त्यातून पुढे आला. सहावं म्हणजे, आपल्या ताटाखालचं मांजर असलेल्या सौदी राजघराण्याची सुरक्षितता जपण्यासाठीसुद्धा इराकवर आपलं वर्चस्व असणं अमेरिकेला महत्त्वाचं वाटत होतं. १९९१ सालच्या कुवेत युद्धाच्या वेळी अमेरिकेनं सौदी अरेबियामध्ये आपला लष्करी तळ उभा केला होता आणि हे युद्ध संपल्यावरसुद्धा तो तळ तसाच ठेवला होता. यामुळे ओसामा बिन लादेनसकट काही कट्टर धार्मिक लोक भयंकर संतापले होते. पवित्र सौदी भूमीचा वापर अमेरिकेनं आपल्या कारवाया करण्यासाठी करावा, याचा त्यांना प्रचंड राग येत असे. पण पर्यायी जागा मिळेपर्यंत अमेरिकेला सौदी अरेबियामधलं आपलं बस्तान हलवणं शक्य नव्हतं. साहजिकच इराककडे त्यांनी यासाठीचा मार्ग म्हणूनही बघायला सुरुवात केली. सातवं म्हणजे, पूर्वीपासूनच अमेरिकेचा इस्रायलला असलेला एकतर्फी पाठिंबा जगजाहीर आहे. इस्रायलचा अमेरिकेच्या राजकारणापासून अर्थकारणावर असलेला प्रभावसुद्धा प्रचंड आहे. बुशच्या कारकिर्दीमध्ये तर इस्रायलशी अमेरिकेचे असलेले सौहार्दपूर्ण संबंध आणखीनच चांगले झाले होते. त्यामुळे इस्रायलचे विरोधक आणि शत्रू यांना ठेचून काढण्यासाठी अमेरिकेनं मदत करणं हे इस्रायलशी आणखी घट्ट संबंध प्रस्थापित करण्यासाठी गरजेचं होतं. पूर्वीपासूनच सद्दाम हुसेनचा इस्रायलला कट्टर विरोध असल्यामुळे अमेरिकेनं त्याचा काटा काढण्याला इस्रायलचा पूर्ण पाठिंबा होता.

अर्थातच ही सगळी कारणं जगासमोर येऊ नयेत यासाठी बुश आणि त्याचे सहकारी प्रचंड खोटं बोलत राहिले. इराकमध्ये जैविक तसंच रासायनिक अस्त्रांचं नामोनिशानसुद्धा बघायला मिळत नसल्याचं लक्षात आल्यावर बुशनं, आपण

इराकी जनतेला मुक्त करण्यासाठी तसंच तिथं अमेरिकेसारखी लोकशाही व्यवस्था प्रस्थापित करण्यासाठी सद्दाम हुसेनला दूर केल्याची आवई उठवली. अमेरिकेची समाजव्यवस्था तसंच तिथली न्यायव्यवस्था सर्वोत्तम असून सगळ्या मध्यपूर्व आशियाई देशांना 'मुक्त' करून त्या सगळ्या देशांमध्येसुद्धा अमेरिकेसारखीच न्याय्य व्यवस्था आपल्याला आणायची असल्याचं बुशनं सांगितलं. अर्थातच यातल्या कुठल्याच विधानामध्ये कसलाही अर्थ नव्हता. मुळात इराकवर हल्ला करण्यासाठीची कारणंच इतकी पोकळ होती, की बुशला वारंवार नवी कारणं शोधणं आणि त्यामधली निरर्थकता पुरेपूर माहीत असूनही त्याविषयी बोलत राहणं गरजेचं वाटलं.

२००२ साली बुश सरकारनं इराकवरच्या हल्ल्याची गरज किती आहे हे सांगण्यासाठीचा प्रचार शिगेला नेला. इराण आणि उत्तर कोरिया यांच्याप्रमाणेच इराक हे जगावरचं तिसरं भयंकर संकट असल्याचं बुशनं वारंवार सांगितलं. बुशच्या या आततायी धोरणांमुळे जागतिक पातळीवर अस्वस्थता निर्माण झाली. काही जणांनी संयुक्त राष्ट्र संघाला परत एकदा, इराकमध्ये जैविक तसंच रासायनिक अस्त्रं तयार होत आहेत का, हे तपासण्यासाठी निरीक्षक नेमायची सूचना केली. जर सद्दामनं या प्रस्तावाला नकार दिला तरच यानंतरचं पुढचं पाऊल काय असावं यासंबंधीची चर्चा व्हावी, अशी त्यांची रास्त मागणी होती. यामुळे बुशच्या गोटात खळबळ माजली. आपण इतके प्रयत्न करून इराकवर युद्ध लादण्यासाठीची सगळी तयारी करत आणलेली असताना शेवटच्या क्षणी त्यात अडथळा येत असल्याचं बघून अमेरिकन उपराष्ट्रपती डिक चेनीनं हा प्रस्ताव फेटाळून लावला. इराकमध्ये निरीक्षक नेमून आता कसलाही फायदा होणार नसल्याचं आणि उलट सद्दामला त्याच्या करवाया करण्यासाठी मोकळीक मिळणार असल्याचं अतर्क्य मत चेनीनं मांडलं. यानंतर एक आठवडा झाल्यावर अमेरिकेच्या राष्ट्रीय सुरक्षा सल्लागार मंडळाच्या बैठकीत जनरल टॉमी फ्रॅन्क्स यानं बुशला, मोठ्या प्रमाणावर हिंसाचार घडवून आणू शकतील अशी कुठलीही शस्त्रं आपल्याला इराकमध्ये सापडली नसल्याचं सांगितलं. बुशनं त्याकडे साफ दुर्लक्ष करून, आपल्याला सद्दाम हा अल कायदापेक्षा जास्त धोकादायक वाटत असल्याचं सांगितलं. शेवटी अमेरिकन संसदेनं गरज भासल्यास इराकवर लष्करी कारवाई करण्यासाठीचे अधिकार राष्ट्रपती बुशला बहाल करण्यासाठीचं विधेयक संमत केलं. याच काळात संयुक्त राष्ट्र संघानं, आपल्या निरीक्षकांना सद्दाम हुसेननं नव्यानं प्रवेश द्यावा यासाठी सद्दामवर दबाव टाकायला सुरुवात केली. याला सद्दाम हुसेननं अगदी लगेचच संमती देऊन अमेरिकेला मोठा धक्का दिला. २५ नोव्हेंबर २००२ या दिवशी संयुक्त राष्ट्र संघाचे निरीक्षक इराकमधल्या जैविक आणि रासायनिक

अस्त्रांची पाहणी करण्यासाठी इराकमध्ये दाखल झाले. पुढच्या काही महिन्यांमध्ये या निरीक्षकांनी सादर केलेल्या अहवालांनुसार, इराकमध्ये कुठल्याही प्रकारची धोकादायक अस्त्रं नसल्याचं म्हटलं होतं. याशिवाय स्वत: इराकनं सादर केलेल्या एका अतिप्रचंड अहवालामध्येसुद्धा, आपल्याकडे कुठलीही धोकादायक अस्त्रं का असू शकत नाहीत याचं विवेचन केलं होतं.

अर्थातच कितीही वेगवेगळे पुरावे इराकवर युद्ध लादण्याच्या संकल्पनेच्या विरोधातले असले, तरी बुशला त्यांचं सोयरसूतक नव्हतं. काहीही करून सद्दामचा काटा काढायचा, हा एकमेव विचार त्याच्या डोक्यात भरला होता. त्यासाठीची योजना पुढे गेली. अमेरिकेमध्ये त्यासंबंधीची जाहीर भाषणं झाली. आंतरराष्ट्रीय समुदायानं अमेरिकेला विरोध केला. फ्रान्सचा राष्ट्रपती जॅक्स शिराकनं, आपल्याला अमेरिकेचा दृष्टिकोन अमान्य असून इराकच्या विरोधातली कारवाई गैर असल्याचं बुशला सांगितलं. मेक्सिको आणि चिले या संयुक्त राष्ट्रसंघाच्या सुरक्षा परिषदेवरच्या आणखी दोन देशांनीसुद्धा, आपल्याला अमेरिकेनं इराकवर हल्ला करणं मान्य नसल्याचं सांगितलं. अशा प्रकारे संयुक्त राष्ट्र संघाच्या सुरक्षा परिषदेनं इराकवरच्या युद्धाला सुरुंग लावल्यामुळे बुश निराश झाला. पण नेहमीप्रमाणेच अमेरिका ही संयुक्त राष्ट्र संघाहून श्रेष्ठ असल्याच्या आविर्भावात, १७ मार्च २००३ या दिवशीच्या आपल्या टीव्हीवरच्या भाषणात बुशनं, आपण सद्दाम हुसेन आणि त्याचे कुटुंबीय यांना इराक सोडून जाण्यासाठी ४८ तासांची मुदत देत असल्याचं सांगितलं. त्यांनी आपला हुकूम ऐकला नाही तर आपण इराकवर लष्करी कारवाई सुरू करू, अशी धमकीसुद्धा त्यानं दिली. कुवेतमध्ये १.३० लाख आणि जवळपासच्या इतर देशांमध्ये आणखी काही लाख सैनिक अमेरिकेनं तयार ठेवले. इराकविरुद्धच्या कारवाईला बहुतेक सगळ्या देशांचा विरोध असला, तरी अपेक्षेप्रमाणे इंग्लंडनं या निर्णयाला पाठिंबा देऊन आपले २५ हजार सैनिक पाठवले. याशिवाय ऑस्ट्रेलिया आणि पोलंड यांनी नावापुरते काही सैनिक पाठवले. सुरुवातीला इराकवर बॉम्बहल्ले करून इराकची लष्करी ताकद खलास करायची आणि त्यानंतर इराकमध्ये सैन्य घुसवायचं असा अमेरिकेचा बेत होता. इराकमधल्या घुसखोरीसाठी वापरल्या जाणाऱ्या काही मार्गांमध्ये तुर्कस्थानमधून इराकमध्ये जात असलेल्या एका मार्गाचाही समावेश होता. पण तुर्कस्थानच्या संसदेनं, यामुळे आपल्या विरोधात तापत चाललेलं वातावरण बघून, अमेरिकेला यासाठीची परवानगी नाकारली.

१९ मार्चच्या दुपारी अमेरिकन सैनिकांची पहिली तुकडी इराकमध्ये घुसली. यानंतर अमेरिकन सैनिकांची मोठी फळी इराकमध्ये शिरणार होती. तेवढ्यात बगदाद शहराच्या बाहेरच्या भागातल्या एका शेतात सद्दाम हुसेन आणि त्याची

मुलं हे आपला मुक्काम त्या रात्रीपुरता हलवणार असल्याची बातमी अमेरिकेला समजली. याबरोबर ही बातमी अमेरिकेमध्ये बुशला कळवण्यात आली. एका झटक्यातच सद्दाम आपल्या हाती लागू शकतो, या आनंदापोटी सद्दाम आणि त्याची मुलं यांना घेऊन येणारा वाहनांचा ताफा आला की त्यावर हल्ला करण्याचे आदेश बुशनं दिले. ठरल्याप्रमाणे या वाहनांच्या ताफ्यावर अमेरिकेनं हल्ला केला आणि त्यात प्राणहानीसुद्धा झाली. पण अमेरिकेच्या दुर्दैवानं त्यात सद्दाम किंवा त्याची मुलं यांच्यापैकी कुणीच नव्हतं. उलट अमेरिकेला ज्या इराकी खबऱ्यानं ही माहिती पुरवली होती, तोच या हल्ल्यात ठार झाला. त्या रात्री टीव्हीवर बुशनं इराकवरचा हल्ला सुरू झाल्याची बातमी दिली. त्याला उत्तर म्हणून सद्दाम हुसेननं टीव्हीवर बुशची 'गुन्हेगार' म्हणून संभावना केली. अर्थात, आधीपासून गलितगात्र अवस्थेत असलेल्या इराकी सैन्याची अमेरिकेच्या ताकदीसमोर लढायची अजिबातच तयारी नव्हती. त्यामुळे इराकला नमवण्यासाठी अमेरिकेला फारसे कष्ट घ्यावेच लागले नाहीत.

इराकला नमवल्याच्या भ्रमात असलेल्या अमेरिकेला लवकरच भीषण परिस्थितीला तोंड द्यावं लागलं. बगदाद शहरामध्ये गुन्हेगारांनी थैमान सुरू केलं. सगळीकडे लुटालूट आणि हिंसाचार यांचं राज्य सुरू झालं. त्यात भर म्हणून सहा आठवड्यांनंतर सद्दाम हुसेनचा गुप्त पोलीस विभाग तसंच त्याचे इतर खास रक्षक यांची पदंच नव्हे, तर संपूर्ण इराकी लष्करच अमेरिकेनं बरखास्त केलं. यामुळे जवळपास ३ लाख इराकी सैनिकांना बेकारीचा सामना करावा लागला. त्यामुळे लष्करी प्रशिक्षण घेतलेल्या या युवकांमध्ये प्रचंड चीड निर्माण झाली. अमेरिकेनं इराकमध्ये कमीत कमी सैनिक पाठवायचं ठरवलेलं असल्यामुळे, आता इराकमध्ये ना धड मूळचे इराकी पोलीस किंवा सैनिक असायचे, ना धड अमेरिकन सैनिक असायचे. त्यामुळे कायदा नावाची गोष्टच उरली नाही. घुसखोरी, हिंसात्मक कारवाया, लूटमार यांचं थैमान माजलं. २० मार्च २००३ या दिवशी अमेरिकेनं इराकची मोहीम सुरू केली आणि ९ एप्रिल २००३ या दिवशी सद्दामची सत्ता इतिहासजमा झाली. या काळात फक्त १२२ अमेरिकन सैनिकांचे प्राण गेले. साहजिकच आपण आपल्या सैनिकांची खूपच कमी जीवितहानी होऊ दिल्याचं समाधान बुशला वाटत होतं. पण इराकमध्ये तयार केलेल्या अनागोंदी कारभारामुळे पुढच्या दोन वर्षांमध्ये तब्बल २००० अमेरिकन सैनिकांचे प्राण गेले. तसंच २.०६ लाख अमेरिकन सैनिकांनी या युद्धामुळे झालेले आजार आणि विकार तसंच त्यांना आलेलं अपंगत्व यांच्यासाठीची भरपाई मागितली. त्याहून कितीतरी जास्त पटींनी इराकी लोकांची हत्या झाली हा भाग तर वेगळाच होता. त्यातच इराकमध्ये नवी सत्ता आणि नवी समाजव्यवस्था यांची आखणी नक्की कशी

होणार आणि ती कोण करणार हेही स्पष्ट झालेलं नसल्यामुळे, अमेरिकाविरोधी गटांनी नुसता गोंधळ माजवून ठेवला. त्यांच्यातही एकमेकांमध्ये प्रचंड मोठ्या प्रमाणावर भांडणं सुरू होती. साहजिकच इराकमधली परिस्थिती हाताबाहेर गेली. याशिवाय अमेरिकेला बसलेला दुसरा धक्का म्हणजे, जवळपास दहा महिने अमेरिकेच्या एका खास टीमनं इराकमध्ये बारकाईनं तपासणी करूनसुद्धा या टीमला इराकमध्ये जैविक किंवा रासायनिक अस्त्रांच्या निर्मितीचे कुठलेही पुरावे मिळाले नाहीत. हे कळताच बुशनं तातडीनं आपली भूमिका बदलली आणि इराकच्या लोकांना मुक्त करण्यासाठी तसंच तिथं लोकशाही वातावरण निर्माण करण्यासाठी आपण इराकवर कारवाई केल्याचं सांगायला सुरुवात केली.

प्रत्यक्षात अमेरिकेनं इराकमध्ये केलेल्या अनधिकृत हल्ल्यामुळे आणि या हल्ल्यानंतर तिथं आपला ठिय्या कायम ठेवल्यामुळे परिस्थिती आणखीनच बिघडत गेली. म्हणूनच, शहरंच्या शहरं नष्ट करून, जिथंतिथं बॉम्ब्जचा वर्षाव करून, सर्वसामान्य लोकांना बेघर करून लोकशाही प्रस्थापित होते का, हा प्रश्न अमेरिकेला विचारणं गरजेचं आहे. २००६ सालच्या जुलै महिन्यात संयुक्त राष्ट्र संघानं जारी केलेल्या एका अहवालात, इराकमध्ये दररोज १०० सर्वसामान्य नागरिक अमेरिकेच्या हल्ल्यांमुळे ठार झाले असल्याची धक्कादायक आकडेवारी जारी केली होती. हजारो इराकी नागरिकांना संशयास्पद कारवाया केल्याच्या आरोपांवरून पकडण्यात आलं होतं. त्यांना आपली बाजू मांडण्याची किंवा वकिलाची मदत घेण्याची कुठलीही संधी न देता अमर्यादित काळासाठी तुरुंगांमध्ये डांबण्यात आलं. काहींना काही महिन्यांनी सोडून देण्यात आलं, तर उरलेल्यांची सुटका झालीच नाही. या लोकांचा अपमान करण्यापासून त्यांचा लैंगिक, विकृत किंवा अत्यंत थरकाप उडवणारा छळ करेपर्यंत सगळ्या गोष्टी करण्यात आल्या.

इराकच्या संदर्भातला एक धक्कादायक प्रसंग आपल्याला थक्क करून सोडेल असाच आहे. इराकवर घातलेल्या कठोर आर्थिक निर्बंधांमुळे तिथं जवळपास पाच लाख बालकांचा मृत्यू झाला होता. हा आकडा अमेरिकेनं दुसऱ्या महायुद्धाच्या काळात हिरोशिमावर बॉम्ब टाकल्यामुळे दगावलेल्या मुलांच्या संख्येपेक्षा जास्त होता. ११ मे १९९६ या दिवशी सीबीएस या टीव्ही चॅनेलवरच्या 'Sixty Minutes' या कार्यक्रमात सूत्रसंचालकानं तत्कालीन अमेरिकन परराष्ट्रमंत्री मॅडेलिन ऑलब्राईट हिला 'अमेरिकेच्या बदल्यासाठीची जगाला मोजावी लागलेली ही किंमत योग्य होती का?' असा प्रश्न विचारला. त्यावर ऑलब्राईटचं उत्तर 'खरं म्हणजे या प्रश्नाचं उत्तर देणं खूप अवघड आहे; पण मला वाटतं, जे घडलं ते योग्यच होतं' असं मानवतेला काळिमा फासणारं होतं. ओसामा बिन लादेननं नंतर अमेरिकेवर ९/११ चा हल्ला करताना दिलेल्या कारणांपैकी एक कारण हेसुद्धा होतं.

सद्दामवरच्या कारवाईची चूक तर बुशनं केली होतीच; पण सद्दामला हटवल्यानंतर इराकमध्ये नक्की शांतता कशी प्रस्थापित करायची या संदर्भात बुशकडे कसलंच धोरण नव्हतं. ही चूकसुद्धा बुशनं अजिबात मान्य केली नाही. या अमेरिकन आक्रमणामुळे जगाचा अमेरिकेकडे बघण्याचा दृष्टिकोन आणखी खराब झाला. तसंच इराकला बुशनं विनाकरण संकटात लोटलं असल्याची भावना प्रबळ झाल्यामुळे सगळ्या इस्लामी जगतात अमेरिकाविरोधी आणि बुशविरोधी वातावरण अजूनच तापलं. तसंच या गोंधळात अल कायदाशी अमेरिका पुरेशा ताकदीनिशी लढू शकली नाही. याचा फायदा घेत अल कायदानं इंडोनेशिया, स्पेन, इंग्लंड अशा ठिकाणी मोठे घातपात घडवले. कुठंही लष्करानं आपला अंमल टिकवायला सुरुवात केली, की हिंसाचार तसंच अत्याचार होतातच. पण इराकमधल्या अमेरिकन सैनिकांनी क्रूरपणाचा कळस केला. बगदाद शहराजवळच्या 'अबू गारिब' नावाच्या तुरुंगात अमेरिकन सैनिकांनी इराकी कैद्यांचे केलेले हाल बघून जगभरात संतापाची लाट उसळली. दरम्यान इराकमध्ये 'लोकशाही' आणण्यासाठी अमेरिकेनं अयाद अलावी नावाच्या अमेरिकाधार्जिण्या इराकी माणसाला सत्तेवर बसवायचा प्रयत्न केला. ३० जानेवारी २००५ या दिवशी इराकमध्ये झालेल्या निवडणुकीत इब्राहिम अल-जाफरी नावाच्या विरोधकानं अलावीचा पराभव केला. इराकमध्ये वर्चस्व असलेल्या शिया पंथाचं प्रतिनिधित्व करत असलेल्या अल-जाफरीनं, आपल्याला इराणबरोबर चांगले संबंध प्रस्थापित करण्यात रस असल्याचं पूर्वीपासूनच सांगितलं होतं. अशा रीतीनं इराकमध्ये अमेरिकेच्या दृष्टीनं अत्यंत चमत्कारिक असलेल्या घटना घडत गेल्या. इराणी लोकांनी कित्येक वर्षांपासून इराकमध्ये मूलतत्त्ववादी विचार रुजवण्यासाठी प्रयत्न केले होते; ते अयशस्वी ठरले होते. सद्दाम हुसेनची 'हुकूमशाही' दूर करून इराकी जनतेनं स्वत:हून स्वीकारलेली 'लोकशाही' आपल्याला इराकमध्ये रुजवायची असल्याचं बुशनं सांगितलं होतं. प्रत्यक्षात जनमानसामध्ये अमेरिकेविषयी आणि बुशविषयी इतका राग खदखदत होता, की या सगळ्याचा शेवट इराणला अनुकूल असलेल्या आणि अमेरिकेचा विरोध करणाऱ्या लोकांची सत्ता इराकमध्ये प्रस्थापित होण्यात झाला!

दरम्यान २००३ सालच्या एप्रिल महिन्यापर्यंत सद्दाम हुसेनचा ठावठिकाणा कुणालाच माहीत नसल्याचं अधिकृतरीत्या सांगण्यात येत होतं. जुलै महिन्यातल्या एका धुमश्चक्रीमध्ये सद्दामची दोन मुलं आणि त्याचा एक नातू मारले गेले. १३ डिसेंबर या दिवशी अमेरिकन सैनिकांना एका खोल खड्ड्यासारख्या भागात लपून बसलेला सद्दाम हुसेन 'सापडला'. अत्यंत थकलेला, दाढी वाढलेला, डोळे खोल गेलेला सद्दाम हुसेन खरं म्हणजे बराच आधी पकडला गेला होता, असं

काही टीकाकारांनी म्हटलं. त्याच्यावर खटला भरण्यात आला आणि ३० जून २००४ या दिवशी इराकच्या जनतेवर सद्दामनं केलेल्या अन्यायाचा फैसला इराकी जनतेनंच घ्यावा यासाठीचा निर्णय इराकवर सोपवण्यात आला. अर्थातच अमेरिकेच्या सांगण्यावरून या खटल्याचं कामकाज सुरू होतं हे उघडच आहे. या खटल्यात सद्दामला दोषी ठरवून ३० डिसेंबर २००६ या दिवशी फासावर लटकवण्यात आलं. यामुळे जॉर्ज डब्ल्यू. बुशचं खुनशी स्वप्न पूर्णत्वाला गेलं असलं, तरी त्यानंतर इराकमधल्या या घुसखोरीचे दीर्घकालीन दुष्परिणाम अमेरिकेला भोगावे लागणार आहेत याची त्याला कल्पना नसावी!

सीरिया

सीरियाची लोकसंख्या दोन कोटींहून कमी आहे. यांपैकी तब्बल ३८% जण १४ वर्षांहून कमी वयाचे आहेत. एकूण लोकसंख्येपैकी सुमारे ९०% लोक अरब आहेत. तसंच पंथांच्या आधारे वर्गीकरण करायचं, तर सुन्नी पंथील ७४% आणि अलवाईट पंथीय १२% आहेत. अमेरिकेमधल्या नॉर्थ डेकोटा राज्याइतका सीरियाचा भौगोलिक आकार आहे. दमास्कस या राजधानीत सगळ्यात जास्त, म्हणजे ५० लाख लोक राहतात. त्याखालोखाल अलेप्पोमध्ये ४५ लाख, होम्समध्ये १८ लाख, तर हमामध्ये १६ लाख लोक राहतात.

सोळाव्या आणि सतराव्या शतकात मध्यपूर्व आशियामध्ये 'ऑटोमन' टोळ्यांनी आपली सत्ता मोठ्या प्रमाणावर प्रस्थापित केली. मूळच्या तुर्कस्थानमधल्या लोकांनी एकत्र येऊन मोठ्या प्रमाणावर मध्यपूर्व आशियामधल्या अनेक प्रदेशांवर आपला कब्जा केलाच; पण थेट युरोपमध्ये घुसून त्यांनी हंगेरी आणि व्हिएन्ना अशा ठिकाणांपर्यंत मजल मारली! पहिलं महायुद्ध सुरू होईपर्यंत ऑटोमन साम्राज्य एकदम प्रबळ मानलं जाई; पण नंतर त्याची ताकद घटत गेली. दरम्यान युरोपीय देशांचं इतर प्रांतांमध्ये घुसून त्यांचं वसाहतीकरण करण्याचं काम पूर्वीपासूनच जोरात सुरू होतं. यामुळे ब्रिटिश आणि फ्रेंच वसाहती मध्यपूर्व आशियामध्ये निर्माण झाल्या. ऑटोमन साम्राज्य युरोपीय देशांमध्ये वाटून घेण्यात आलं. यासाठी १९१९-२० साली करार झाले. त्यानुसार इजिप्त, इराक आणि पॅलेस्टाईन यांच्यावर ब्रिटिशांचं; तर सीरिया आणि आजूबाजूचे प्रदेश यांच्यावर फ्रान्सचं वर्चस्व निर्माण झालं. खरं म्हणजे, तेव्हा इराक हा देशच अस्तित्त्वात नव्हता; तर बसरा, बगदाद आणि मोसूल अशा पूर्णपणे भिन्न प्रदेशांना कृत्रिमरीत्या एकत्र आणून त्यांच्या खिचडीतून इराकची निर्मिती करण्यात आली.

अरब देशांना अचानकपणे ऑटोमन साम्राज्यातून बाहेर पडून युरोपीय देशांचं नवं वर्चस्व सहन करणं अजिबातच मान्य नव्हतं. यामुळे ठिकठिकाणी चळवळी सुरू झाल्या. सीरियामध्ये अमीर फैझल याच्याकडे या चळवळीचं नेतृत्व आलं. सीरियामधल्या दमास्कस शहरात फैझलनं आपलं सरकार स्थापन करत असल्याची घोषणा केली, म्हणजेच तो सीरियाचा नवा राजा असेल, असं जाहीर करण्यात आलं. केवळ सीरियाच नव्हे, तर पॅलेस्टाईनसुद्धा आपल्या अधिपत्याखाली असला पाहिजे, अशी फैझल आणि त्याचे समर्थक यांची इच्छा होती. पूर्वी ऑटोमन साम्राज्याच्या शासनव्यवस्थेत तसंच लष्करामध्ये काम केलेले लोक, तसंच तरुण अरब क्रांतिकारी या सगळ्यांनी फैझलला साथ द्यायचं ठरवलं. १९२० सालच्या मार्च महिन्यात सीरियामधल्या अनेक प्रांतांमधले नेते आणि प्रतिनिधी एकत्र जमले आणि त्यांनी स्वतंत्र सीरियाची तसंच त्याच्या राजेपदी फैझलची निवड झाल्याची घोषणा केली. फ्रान्सच्या दृष्टीनं हा मोठा धक्काच होता. ब्रिटिशांसह अरब भूमी जवळपास समसमान हिस्से करून वाटून घेतलेली असताना, अचानकपणे आपल्या वाट्याला आलेल्या भागामधल्या सीरियानं अशा प्रकारची कृती करणं फ्रान्सला पचण्यासारखं नव्हतं. यामुळे फैझलचं कृत्य त्यांनी बेकायदेशीर ठरवलं. फैझलनं इंग्लंड, फ्रान्स आणि इतर देश भरवत असलेल्या 'शांतता परिषदांना' हजेरी लावली आणि अनेकदा आपली बाजू समजावून सांगण्याचा प्रयत्न केला. अर्थातच त्याचं म्हणणं ऐकून घ्यायची कुणाचीच तयारी नव्हती. ब्रिटिशांनी कदाचित फैझलला सहानुभूती दाखवत पाठिंबा दिलाही असता; पण आपल्या या कृतीमुळे फ्रान्स आपल्या विरोधात आपल्या वाट्याला आलेल्या अरब देशांना भडकवू शकतो, याची कल्पना असल्यामुळे ब्रिटिशांनी असं करायचं टाळलं. यावर 'सॅन रेमो' परिषदेनं शिक्कामोर्तब करून सीरियाला फ्रेंचांच्या हवाली करून टाकलं.

फ्रेंचांचंच आपल्यावर वर्चस्व कायम राहणार हे समजताच सीरियामध्ये संतापाची लाट उसळली. यात दोन मतप्रवाह होते. एका मतानुसार कट्टर अरब विचारसरणीच्या लोकांनी फ्रेंचांचा दावा उधळून लावण्याची आणि सीरियामध्ये फैझलचं राज्य बळकट करण्याची शपथ घेतली. दुसरीकडे, जरा सबुरीनं वागावं अशा मताच्या लोकांनी मात्र यातून मध्यम मार्ग काढण्यावर भर दिला. एकीकडे फैझलचीच सीरियामध्ये सत्ता राहील; पण दुसरीकडे फ्रेंचही दुखावले जाणार नाहीत असं काहीतरी केलं पाहिजे, असं त्यांचं मत होतं. यामधला नक्की कुठला मार्ग स्वीकारावा हे नीटसं कळत नसल्यामुळे गोंधळात पडलेल्या फैझलनं बैरुतमध्ये असलेल्या फ्रेंच लष्करी अधिकाऱ्याशी बोलणी केली. संबंधित फ्रेंच अधिकारी काहीही ऐकून घेण्याच्या मन:स्थितीत नव्हता. सीरियामधून उठाव होत असल्याचं दिसत असल्यामुळे, हा उठाव ठेचून काढण्यासाठी त्यानं आपलं लष्कर

तिथं पाठवलं. २४ जुलै १९२० या दिवशी फ्रेंच फौजांनी सीरियामधल्या फैझलच्या लष्कराचा अगदी सहज पराभव करून दमास्कसवर आपलं वर्चस्व प्रस्थापित केलं. फैझलला युरोपमध्ये आश्रय घेण्यासाठी पळून जावं लागलं. फक्त पाच महिन्यांच्या काळातच 'स्वतंत्र' झालेला सीरिया फ्रेंच वर्चस्वाखाली आला.

ब्रिटिश आणि फ्रेंच सरकारांची अरब देशांवरच्या वर्चस्वासंबंधीची धोरणं वेगवेगळी होती. ब्रिटिशांनी या वसाहतींमध्ये थेट लष्कर तैनात करण्यापेक्षा, अप्रत्यक्षरीत्या राजकीय धोरणांनी आपलं वर्चस्व कायम ठेवण्यावर भर दिला. फ्रेंचांनी मात्र आपलं लष्कर या प्रांतांमध्ये उभं केलं. सीरिया आणि लेबेनॉन इथं फ्रेंच लष्कराखेरीज सगळी शासनव्यवस्था बघण्यासाठी फ्रेंच अधिकारी आणि त्यांच्या हाताखाली काम करण्यासाठीचा नोकरवर्ग, अशी सगळी उतरंड होती. साहजिकच खास करून सीरियामध्ये स्थानिक जनतेच्या मागण्यांना काही अर्थ नव्हता. तिथं राजकीय नेतृत्व जन्मणं कठीण होतं. सगळं पूर्णपणे फ्रेंचांच्या मर्जीनुसार घडणार हे उघड होतं. लेबेनॉनमधलं दृश्य जरासं वेगळं असलं, तरी तो आपला इथं विषय नाही. दरम्यान याच काळात सौदी अरेबिया या इस्लाममधल्या वहाबी पंथाचं वर्चस्व असलेल्या हुकूमशाही देशाचाही जन्म झाला.

पहिल्या महायुद्धाच्या काळात सीरियाला जोरदार तडाखा बसला होता. १९१५-१८ या काळात इथं तब्बल सहा लाख लोक दगावले असल्याचा अंदाज व्यक्त केला जातो. यात दुष्काळ आणि रोगराई यामुळे मरण पावलेले सर्वसामान्य नागरिक, तर युद्धात ओटोमन साम्राज्याच्या वतीनं लढायला गेलेले सैनिक यांचा समावेश आहे. यामुळे सीरियामधला जवळपास एक-पंचमाश समाज नष्ट झाला. यात महायुद्धानंतरच्या फ्रेंच वर्चस्ववादाची भर पडली. अन्नधान्याचा तुटवडा आणि त्याच्या जोडीला सततची मानहानी यामुळे सीरियामधली जनता पार पिचून गेली. या भागातल्या ख्रिस्ती समाजाची जबाबदारी आपल्यावर असल्याच्या नैतिक कारणापोटी फ्रेंचांनी तिथं धार्मिक आणि शैक्षणिक धोरणं त्यानुसारच राबवली. अर्थातच यामुळे स्थानिक मुसलमान लोकांच्या मनातली फ्रेंचांविषयीची उरलीसुरली सद्भावना संपुष्टात आली. फ्रेंचांनी सीरियावर कब्जा करण्यामागे आर्थिक कारणंसुद्धा होती. ओटोमन साम्राज्याच्या काळात फ्रेंचांनी या भागात रेल्वे, बंदरं आणि इतर व्यापारी केंद्रं उभी करण्यामध्ये मोठी गुंतवणूक केली होती. त्यातच ब्रिटिशांचं वाढतं वर्चस्व रोखण्यासाठी आपणही मध्यपूर्व आशियामध्ये आपलं सत्ताकेंद्र उभं केलं पाहिजे, अशी फ्रेंच राज्यकर्त्यांची धारणा होती. यासाठीच सीरियामध्ये फैझलला बेदखल करून फ्रेंचांनी आपलं लष्करी साम्राज्य उभं केलं.

आपल्या शासनकाळात सीरिया पूर्णपणे आपल्यावर अवलंबून तर राहीलच; पण भविष्यातसुद्धा सीरियाला स्वतःच्या पायांवर उभं राहणं जड होईल यासाठीची

व्यूहरचना फ्रेंचांनी आखली. म्हणजे सीरिया स्वातंत्र्याची मागणी करण्याच्या परिस्थितीतच नसेल, असा फ्रेंचांचा डाव होता. शक्य तितका काळ आपली या भागातली सत्ता टिकवून धरण्यासाठीची ही चाल होती. अर्थातच धार्मिक, पंथीय, सामाजिक, भौगोलिक मुद्द्यांचा आधार घेत 'फोडा आणि झोडा'चं धोरण फ्रेंचांनी चतुराईनं वापरलं. सीरियन समाजात एकी निर्माण होता कामा नये आणि स्वातंत्र्याची ललकारी देणारं नेतृत्व तिथं जन्मता कामा नये, यासाठी फ्रेंचांनी सगळे प्रयत्न केले. याचं मुख्य उदाहरण म्हणजे, १९२० सालीच फ्रेंचांनी दमास्कस आणि अलेप्पो या दोन सीरियन शहरांना पूर्णपणे वेगळं करून ते दोन वेगळे देश असावेत अशा प्रकारचा दर्जा दिला. या दोन प्रांताचं नेतृत्व दोन वेगळ्या फ्रेंच अधिकाऱ्यांकडे सोपवण्यात आलं. तिथली शासनव्यवस्थाही वेगळी ठेवण्यात आली. तसंच 'आलवाईट' आणि 'ड्रझ' या दोन वेगळ्या पंथीयांमध्येही फूट पडत राहील याची फ्रेंचांनी काळजी घेतली. आलवाईट हा शिया पंथामधला एक उपपंथ मानला जातो; पण आलवाईट पंथीय बरेचदा इस्लामपासून इतके दूर जातात, की सुन्नी पंथीय त्यांना सरळ 'धर्मबुडवे'च म्हणतात! सीरियामध्ये या दोन्ही पंथीयांना भौगोलिकरीत्या विभागण्यात आलं. १९४२ सालापर्यंत जवळपास पूर्ण काळ या प्रांतांचं व्यवस्थापनही स्वतंत्रपणे करण्यात आलं. दरम्यान १९२४ साली आलवाईट आणि ड्रझ पंथीयांना वेगळं पाडत दमास्कस आणि अलेप्पो यांना एकत्र आणून फ्रेंचांनी सीरिया हा एकच देश असल्याचं जाहीर करून आणखी गोंधळ वाढवला. याखेरीज होम्स आणि हमा ही त्याखालोखाल मोठी असलेली शहरंही त्यात समाविष्ट करण्यात आली. या सगळ्या भागांमध्ये सुन्नी पंथीयांचं वर्चस्व होतं. म्हणजेच आलवाईट आणि ड्रझ पंथीय इतर सीरियायी नागरिकांपासून वेगळे झाले. एकूणच सगळीकडे सुन्नी पंथीयांना महत्त्वाचं स्थान मिळेल याकडे फ्रेंचांनी लक्ष दिलं.

सीरियावरचं आपलं वर्चस्व टिकवण्यासाठी फ्रेंचांनी प्रचंड खर्च केला. प्रशासकीय यंत्रणेवरच्या खर्चाखेरीज तिथं कायमस्वरूपी १५ हजार सैनिकांची फौज टिकवून ठेवणं काही सोपं काम नव्हतं. आपल्या अधिपत्याखाली फ्रेंचांनी ६ हजार स्थानिक सीरियायी तरुणांची एक फौज उभी केली. गरज भासेल तेव्हा या लोकांचा आपल्याला वापर करून घेता येईल, असा फ्रेंचांचा यामागचा उद्देश होता. ऐतिहासिक घडामोडींच्या दृष्टीनं यातला महत्त्वाचा मुद्दा म्हणजे, समाजामध्ये त्यातल्या त्यात प्रतिष्ठित आणि बहुसंख्यांक असलेल्या सुन्नी पंथीयांना अशा फौजेमध्ये भरती होणं कमीपणाचं वाटे. यामुळे त्यांनी या पर्यायाकडे संपूर्ण दुर्लक्ष केलं. याचा परिणाम म्हणजे, या फौजेमध्ये इतर पंथीयांचंच वर्चस्व निर्माण झालं. १९४६ साली सीरिया स्वतंत्र झाल्यावर हा मुद्दा महत्त्वाचा

ठरला. सुन्नी पंथीयांची या फौजेमधली संख्या अगदी नगण्य राहिली आणि याचा फायदा इतर पंथीयांनी उचलला.

अर्थातच फ्रेंचांना सीरियामध्ये अगदी निरंकुश सत्ता गाजवणं शक्य झालं असंही नाही. अधूनमधून असंतोष भडकून येई आणि स्थानिक लोक क्रांती करण्यासाठी धडपडत. दुर्दैवानं त्यांच्यामध्ये एकी नसे. तसंच बलाढ्य फ्रेंच लष्कराशी दोन हात करण्याची त्यांची तयारी नसे. १९२५-२७ या काळातल्या उठावानं मात्र जरा उग्र रूप धारण केलं. हाही उठाव स्थानिक पातळीवरच सुरू झाला; पण लवकरच तो सीरियाभर पसरला. ड्रुझ पंथीयांवर सक्तीनं काही एकतर्फी नियम लागू करण्याचे फ्रेंच प्रयत्न उठाव करणाऱ्यांनी सुरुवातीला उधळून लावले. इतकंच नव्हे, तर फ्रेंच सैन्यालाही या ड्रुझ पंथीयांनी तिथून हाकलून देण्यात यश मिळवलं. या अत्यंत उत्साहवर्धक बातमीमुळे सीरियात इतरत्रही बंडाचे झेंडे वर काढण्यात आले. फ्रेंचांना विरोध सुरू झाला. वैतागून १९२५ सालच्या ऑक्टोबर महिन्यात फ्रेंच सैनिकांनी विमानातून आणि पायदळाद्वारे दमास्कस शहरावर तब्बल ४८ तास बॉम्बहल्ले करून १४०० सीरियायी नागरिकांना ठार केलं. तरीसुद्धा आणखी दोन वर्षं या उठावाची धग कमी प्रमाणात का होईना, पण टिकून राहिली.

या उठावाला अखेर फ्रेंचांनी ठेचून काढलं असलं, तरी सीरियामध्ये फ्रेंचांविरुद्ध एकजुटीनं लढण्यासंबंधीचा राजकीय विचार 'नॅशनल ब्लॉक' या नावानं सुरू झाला. या राजकीय हालचालींमागे पूर्वी ओटोमन साम्राज्याच्या काळात वर्चस्व गाजवणाऱ्या घराण्यांमधलेच लोक होते. म्हणजेच परंपरेनं आणि वारसा हक्कानं त्यांना आता हळूहळू सीरियावर आपली पकड बसवायची होती. यासाठी त्यांना अतिशय धूर्तपणे वागणं भाग होतं. स्थानिक सीरियायी जनतेच्या मनात फ्रेंचांविषयी निर्माण झालेला उद्रेक भडकवत असल्याचं त्यांना वरकरणी भासवायचं होतं. त्याशिवाय स्थानिक लोकांकडून त्यांना साथ मिळणं अशक्य होतं. जर हे नेते फ्रेंचांच्या आदेशांनुसार वागतात असं चित्र स्थानिक सीरियायी लोकांना दिसलं असतं, तर त्यांनी लगेचच या नेत्यांना धुडकारलं असतं. प्रत्यक्षात मात्र आपण खरोखरच क्रांतिकारी विचारसरणीचा एका प्रमाणापलीकडे अवलंब करू शकणार नसल्याची या नेत्यांनाही जाणीव होती. फ्रेंचांशी जुळतं घेऊनच आपल्याला वाटचाल करणं भाग आहे, हे त्यांना माहीत होतं. म्हणजेच ही एक प्रकारची तारेवरची कसरतच होती. याखेरीज सीरियाच्या स्वातंत्र्यासाठी जरी हे नेते वरवर मागणी करत असले, तरी देशामधली सगळी सामाजिक घडी विस्कटू न देता हे करणं भाग असल्याची त्यांना कल्पना होती. ही घडी व्यवस्थित असेपर्यंतच आपलं अर्थकारण आणि समाजकारण टिकून राहील हे त्यांना माहीत होतं.

खरोखर मोठी क्रांती घडली आणि या क्रांतीनं सामाजिक रचनेपासून इतर सगळ्या बाबतींमध्ये मोठे फेरबदल घडवून आणले, तर नव्या परिस्थितीत आपण स्वतःच टिकून राहू शकण्याविषयी त्यांना खात्री वाटत नव्हती. यातून सीरियामध्ये राष्ट्रपती, पंतप्रधान आणि मंत्रिमंडळ अशा सगळ्या शासनव्यवस्था निर्माण करण्यात आल्या; पण त्यांच्यावर अंतिम नियंत्रण फ्रेंचांचंच होतं. फ्रेंच अधिकाऱ्याला सीरियायी मंत्रिमंडळानं घेतलेला कुठलाही निर्णय रद्दबातल ठरवण्यासाठीचा विशेष कायदेशीर नकाराधिकार होता.

हळूहळू संपूर्ण स्वातंत्र्याकडे सीरियाची वाटचाल सुरू झाली. दुसऱ्या महायुद्धाची चाहूल लागेपर्यंत फ्रान्स खूपच क्षीण होत गेला. पहिल्या महायुद्धातून सावरण्याआधीच दुसऱ्या महायुद्धाचे वारे वाहत असल्यामुळे फ्रेंचांनी आपलं घर सावरण्याकडे लक्ष केंद्रित केलं. जसं इराकला ब्रिटिशांनी मर्यादित स्वातंत्र्य दिलं होतं, त्याच धर्तीवर सीरियाला फ्रेंचांनी मर्यादित स्वातंत्र्य द्यावं, असा मार्ग निघाला. म्हणजेच सीरियानं आपला कारभार स्वतः चालवावा; पण इतर देशांनी त्यात ढवळाढवळ करण्याचा प्रयत्न केला तर फ्रेंच लष्कर सीरियाच्या मदतीला धावून येईल आणि सीरियाच्या सीमारेषांचं रक्षण करेल, असा त्याचा अर्थ होता. तेव्हाच्या जागतिक पातळीवरच्या 'लीग ऑफ नेशन्स' या संघटनेचं सदस्यत्वसुद्धा सीरियाला मिळेल असं ठरलं. यासाठीची सगळी तयारी होत आली खरी; पण ऐन वेळी फ्रेंच सरकारनं याला नकार दिला आणि सीरियाच्या आशांवर अशा प्रकारे १९३८ साली पुन्हा एकदा विरजण पडलं. याच्या पुढच्या वर्षी तर फ्रेंचांनी सीरियाला आधी दिलेलं मर्यादित स्वातंत्र्यसुद्धा हिरावून घेत सीरियायी संसद बरखास्त करून टाकली. इतकंच नव्हे, तर सीरियाचा भाग असलेला एक प्रदेश तुर्कस्थानमध्ये समाविष्ट करून फ्रेंचांनी सीरियाच्या जखमेवर मीठ चोळलं.

दरम्यान हिटलरनं फ्रान्सवर यशस्वी चढाई केल्यामुळे नवी गुंतागुंत निर्माण झाली. आता सीरियासारख्या फ्रेंच वसाहतींचं काय होणार हे समजत नव्हतं. दरम्यान स्थानिक सीरियायी जनतेला विलक्षण हालअपेष्टांना तोंड द्यावं लागलं. अन्नधान्याच्या तुटवड्यापासून सततची अनिश्चितता आणि इतरांच्या पटावरची प्यादी असल्यासारखी सुरू असलेली ससेहोलपट यामुळे सीरिया एकदम अडचणीत आला. स्थानिक सीरियायी लोकांनी आंदोलनं पुकारून फ्रेंचांना आपला देश सोडण्यासाठी प्रवृत्त करण्याचे जोरदार प्रयत्न केले. दरम्यान दुसऱ्या महायुद्धात इंग्लंड गुंतला असल्याचा फायदा घेत इराकमध्ये रशीद अली या नेत्यानं यशस्वी उठाव घडवून आणला. इराक आपल्या ताब्यातून निसटला आणि सीरिया फ्रेंचांच्या ताब्यातून निसटला तर जर्मनांना इथं आपलं बस्तान सहजपणे बसवता येईल आणि आपली मोठी पीछेहाट होईल याची ब्रिटिशांना कल्पना होती. यामुळे

त्यांनी इराकमधला रशीद अलीचा उठाव ठेचून काढला; तसंच फ्रेंचांचं सीरियावरचं वर्चस्व टिकवून धरण्यासाठी मदत केली. सीरियायी लोकांचे मात्र संपूर्ण स्वातंत्र्यासाठीचे प्रयत्न सुरूच होते. फ्रेंचांनी त्याला पुन्हा एकदा साफ नकार दिला; पण आता ब्रिटिशांचाही दबाव असल्यामुळे फ्रेंचांनी सीरियामधली स्थानिक संसद पुन्हा आपलं कामकाज बघेल इतपत सूट दिली. यामुळे सीरियामध्ये पुन्हा एकदा जुना 'नॅशनल ब्लॉक' सत्तेवर आला आणि दमास्कसमध्ये अनेक दशकांपासून राजकारणामध्ये प्रभाव गाजवणाऱ्या घराण्यातल्या शुक्री अल-कव्वात्लीची राष्ट्रपतीपदी निवड झाली. अर्थात, सत्तेची सूत्रं अजूनही फ्रान्सच्या हातीच होती. दुसऱ्या महायुद्धाची व्याप्ती वाढत गेल्यावर फ्रान्सच्या अडचणींमध्ये प्रचंड वाढ होत गेली आणि १९४६ साली मात्र सीरियाला संपूर्ण स्वातंत्र्य देण्यावाचून दुसरा पर्याय फ्रान्ससमोर शिल्लक राहिला नाही.

दुसऱ्या महायुद्धानंतर स्वतंत्र झालेल्या सीरियामध्ये नक्की कशी शासनव्यवस्था टिकाव धरेल हे सांगणं कठीण होतं. सत्तेची सूत्रं संसदेकडे आली होती खरी; पण राज्यकारभार चालवण्याचा कुणालाच अनुभव नव्हता. त्यातच फ्रेंचांनी अनेक दशकांपासून पेरलेल्या आंतरपंथीय वैरामुळे एकोप्याचं वातावरण अजिबातच नव्हतं. या सगळ्यात भर पडली ती १९४८ सालच्या युद्धाची. पॅलेस्टिनी भूमीवर इस्रायल या नव्या देशाची स्थापना झाल्यावर, सगळ्या अरब देशांनी या अन्यायाविरुद्ध एकत्र येऊन लढावं असं वातावरण निर्माण झालं होतं. अर्थातच सीरियानं त्यात पॅलेस्टिनी बांधवांच्या वतीनं उतरणं भाग होतं. या युद्धात अरब देशांचा दारुण पराभव झाला. सीरियाचं पेकाट इस्रायलनं पार मोडलं. यामुळे सीरियायी जनता खवळली. आपल्या देशातल्या भ्रष्ट कारभारामुळेच आपल्या लष्कराची अशी दुर्दशा झाल्याचं मत सगळीकडे पसरलं. पुढच्याच वर्षी सीरियायी लष्करानं राष्ट्रपती कव्वात्लीला पदच्युत करून सत्ता आपल्याकडे घेतली. साहजिकच सीरियायी उच्चवर्गाकडे असलेली सत्ता आता अचानकपणे लष्करी अकादमीमध्येच घडलेल्या अननुभवी तरुणांकडे आली. याचा अपेक्षित परिणाम झाला. त्याच वर्षी आणखी दोन वेळा उठाव आणि सत्ताबदल झाले. यातल्या दुसऱ्या उठावाचं नेतृत्व करणाऱ्या कर्नल अदिब शिशाक्लीनं १९५४ सालापर्यंत सीरियावर आपली सत्ता टिकवून धरण्यात यश मिळवलं. लष्करी हुकूमशाहीच्या जोरावर त्यानं किमान लष्करामधल्या वेगवेगळ्या पंथीयांमधल्या मतभेदांना दूर करण्यात यश मिळवलं. इतर अरब देशांशी जुळवून घेत त्यानं पाश्चिमात्य देशांच्या आमिषांपुढे झुकायला नकार दिला. म्हणजेच त्यांच्या खेळातलं प्यादं सीरिया बनणार नाही याकडे त्यानं लक्ष दिलं. पहिली दोन वर्षं साहजिकच शिशाक्लीची लोकप्रियता वाढत गेली; पण अखेर सगळ्याच हुकूमशहांप्रमाणे आपली सत्ता काही झालं तरी

टिकवून धरण्यासाठी त्यानं चोखाळलेले मार्ग त्याला अडचणीत आणणारे ठरले. आपल्याच जनतेच्या विरोधात अत्यंत क्रूर हिंसक कारवाया करून त्यानं जनक्षोभ निर्माण केला. अखेर लष्करामधल्याच एका गटानं त्याला पदच्युत करण्यात यश मिळवलं.

आता सीरियामध्ये पुन्हा एकदा संसदप्रणालीनं मुळं धरली. अर्थात, हे नावापुरतंच होतं. प्रत्यक्षात लष्कराच्या इशाऱ्यांवरच सगळा कारभार चाले. या सुमाराला बाथ पक्षानं सीरियामध्ये आपलं वर्चस्व निर्माण केलं. बाथचा अर्थ पुनर्निमाण असा होतो. या पक्षाची निर्मिती १९३० च्या दशकात पॅरिसमध्ये एकत्र शिकत असताना एका ख्रिस्ती धर्माच्या तरुणानं आणि एका सुन्नी पंथाच्या तरुणानं एकत्रितरीत्या केली. सीरियामध्ये परतल्यावर त्यांनी हा पक्ष अधिकृतरीत्या स्थापला. राष्ट्रवाद आणि समाजवाद यांचं मिश्रण असलेल्या संकल्पना त्याच्या मुळाशी होत्या. बाथ पक्षाच्या जोडीला सीरियामधला कम्युनिस्ट पक्षही लोकप्रिय होता. बाथ पक्षाचं मुख्य उद्दिष्ट मात्र अरब देशांमध्ये क्रांती घडवून नवी शासनव्यवस्था रुजवण्याचं होतं. निरनिराळ्या अरब देशांनी स्वतंत्रपणे आगेकूच करण्याचा प्रयत्न फारसा यशस्वी ठरू शकणार नाही, असं म्हणून या पक्षानं सगळ्या अरब देशांच्या एकीवर भर दिला. अरब समाजामध्ये आमूलाग्र बदल घडवण्याचं स्वप्न या पक्षाचे संस्थापक बघत असत. यामुळे हा पक्ष फक्त सीरियापुरताच मर्यादित न राहता इतर अरब देशांमध्ये पसरला. समाजामध्ये सुधारणावादी दृष्टिकोन रुजावा आणि तळागाळापर्यंत समृद्धीचे फायदे झिरपावेत यासाठीची धोरणं अवलंबण्यावरही हा पक्ष भर देई.

१९५० च्या दशकात अरब देशांपैकी कोण सगळ्यात वर्चस्व गाजवेल यासाठीची एक अघोषित स्पर्धाही सुरू होती. यात इजिप्त आणि इराक हे मुख्य दावेदार होते. सीरियाला आपल्या अमलाखाली आणण्यासाठी हे दोन्ही देश म्हणूनच धडपडत होते. याचं कारण म्हणजे, आपोआपच आपली ताकद वाढेल आणि अरब देशांमधलं आपलं वर्चस्व आणखी वाढेल, असा इजिप्त आणि इराक यांचा प्रयत्न होता. सीरियाचे नेते आणि लष्करी अधिकारी यांच्यात या प्रश्नावरून मतभेद होते. काही जणांना आपण इजिप्तची बाजू घ्यावी असं वाटे, तर इतरांना मात्र आपण इराकची साथ देणं योग्य ठरेल असं वाटे. यामुळे सीरियाची विनाकारणच फरफट झाली. ही गुंतागुंत सोडवण्यासाठी सीरियामधल्या बाथ पक्षाच्या नेत्यांनी इजिप्तच्या नासरशी संपर्क साधला. जर सीरियाची ही संदिग्ध भूमिका अशीच राहिली, तर लवकरच देशामध्ये पुरता गोंधळ माजेल आणि याचा फायदा सीरियामधला कम्युनिस्ट पक्ष उठवेल, अशी भीती बाथ पक्षाच्या नेत्यांनी नासरपाशी व्यक्त केली. आपली सीरियामधली सत्ता कायम

राखण्यासाठी आपल्या विचारसरणीशी जुळणारी विचारसरणी असलेला नासर मदत करेल, अशी त्यांना आशा वाटत होती. यातून १९५८ सालच्या फेब्रुवारी महिन्यात इजिप्त आणि सीरिया यांच्या 'संयुक्त अरब प्रजासत्ताक' या संकल्पनेची घोषणा करण्यात आली. इराक, इराण, पाकिस्तान आणि तुर्कस्थान यांनी मात्र यात सहभागी न होता त्या काळात इजिप्तशी शत्रुत्व घेणाऱ्या इंग्लंडची साथ द्यायचं ठरवलं. या संयुक्त अरब प्रजासत्ताकावर इजिप्तचं इतकं वर्चस्व होतं, की सीरियाची प्रचंड घुसमट सुरू झाली आणि तीनच वर्षांमध्ये हे प्रजासत्ताक कोलमडून पडलं.

स्वतंत्र झालेल्या सीरियामध्ये अर्थातच शांती नव्हती. एकमेकांवर कुरघोडी करण्यासाठीचे अनेक नेत्यांचे प्रयत्न सुरू राहिले. याला मूर्त स्वरूप हफीझ अल असादच्या उठावानं दिलं. १९३० साली आलवाईट समाजाच्या दुर्लक्षित भागात असादचा जन्म झाला. सीरियाच्या एकूण लोकसंख्येच्या फक्त १०% जनता आलवाईट उपपंथातली आहे. आधी उल्लेख केल्याप्रमाणे सीरियामध्ये सुन्नी पंथीयांचं वर्चस्व आहे आणि आलवाईट हा उपपंथ शिया पंथातून निर्माण झालेला आहे. साहजिकच आलवाईट पंथीयांना सीरियामधल्या मुख्य सामाजिक जीवनात पूर्वीपासूनच फारसं स्थान नसे. त्यातच आपल्यावर अन्यायकारी सत्ता गाजवलेल्या फ्रेंचांना आलवाईट पंथीयांनी मदत केल्याचा सुन्नी पंथीयांचा आधीपासूनचा संशय होता. हे वाळीत टाकलं जाणं आणि गरिबी यांचे आपल्यावर जन्मापासूनच पडलेले डाग धुवून काढण्याचा असादचा निर्धार होता. त्याच्या कुटुंबात तोपर्यंत कुणीच प्राथमिक शालेय शिक्षणाची पायरी ओलांडून माध्यमिक शिक्षणापर्यंत जाऊ शकलेलं नसूनसुद्धा असादनं हा पराक्रम करून दाखवला. इतकंच नव्हे, तर त्यानं कायम उत्कृष्ट शैक्षणिक कामगिरी करून दाखवली. आपल्या पिढीतल्या इतर तरुणांप्रमाणेच असाद 'बाथ' पक्षाच्या विचारसरणीनं भारून गेला आणि त्यानं या पक्षाचं सदस्यत्व स्वीकारलं. शालेय शिक्षण पूर्ण केल्यानंतर मात्र, इतर सगळ्या मागासलेल्या मुलांप्रमाणेच त्याच्यासमोर, पुढचं शिक्षण कसं घ्यायचं, हा प्रश्न उभा राहिला. त्याच्या कुटुंबाची आर्थिक क्षमता अगदी मर्यादित होती. यातून मार्ग काढण्यासाठी असादनं लष्करी प्रशिक्षण अकादमीमध्ये प्रवेश घेतला. इथं शिक्षण फुकट मिळे. तिथला अभ्यासक्रम पूर्ण करून असादनं १९५१ साली सीरियाच्या कमजोर हवाईदलात नोकरी धरली. तिथंही चमक दाखवल्यामुळे त्याला सोविएत युनियनमध्ये जाऊन फायटर विमानं चालवण्याचं प्रशिक्षण घेण्यासाठी धाडण्यात आलं. यामुळे एके काळी अत्यंत मागासलेला आणि दुर्लक्षित पार्श्वभूमीमध्ये खितपत पडलेला असाद सीरियायी आयुष्याच्या मुख्य प्रवाहामध्ये आला. सीरियामधल्या त्या काळातल्या प्रथेप्रमाणे लष्करात प्रगती करता-करता

असाद राजकारणामध्येही प्रगती करत होता. बाथ पक्षाचा सक्रिय कार्यकर्ता म्हणून लोक त्याला ओळखायला लागले.

या काळात अरब देशांनी एकत्र यावं यासाठी जोरदार प्रयत्न सुरू होते. इजिप्तमध्ये क्रांती घडल्यावर गमाल अब्द नासरनं अत्यंत धडाडीचे निर्णय घेऊन देशात चैतन्य निर्माण केलं. हा जोर फक्त इजिप्तपुरता मर्यादित न राहता तो इतर अरब देशांमध्ये पसरावा यासाठी नासरनं कंबर कसली. याचा दुसरा भाग म्हणजे, या सगळ्या अरब देशांचं नेतृत्व आपण करावं अशी नासरची इच्छा असणं स्वाभाविक होतं. म्हणूनच त्यानं सीरियालाही या प्रस्तावात सहभागी होण्याचं आवाहन केलं आणि तिथला बाथ पक्ष बरखास्त करावा असं सुचवलं. हे मात्र असादला अजिबात मान्य नव्हतं. त्यानं नासरच्या या आक्रमक पवित्र्याचा निषेध करायला सुरुवात केली. नासर तेव्हा खूपच प्रभावी बनलेला असल्यामुळे इतर देशांमधल्या आपल्या विरोधकांनाही तो नामोहरम करू शके. बहुदा यामुळेच असादला इजिप्तच्या कैरो शहरात एका अत्यंत दुय्यम कामासाठी पाठवण्यात आलं. सीरियामध्ये राहून असाद आपल्याला डोईजड ठरू शकतो याची नासरला कल्पना आली असावी. याचा परिणाम उलटाच झाला. आपल्यासारखेच वैतागलेले इतर सीरियायी लष्करी अधिकारी कैरोत आहेत हे असादच्या लक्षात आलं. त्यानं त्यांच्या मदतीनं सीरियामध्ये दुबळ्या होत चाललेल्या बाथ पक्षाचं पुनरुज्जीवन करण्याचा विडा उचलला.

असादसारखा दृष्टिकोन असलेल्या लोकांना १९५८-६१ या काळात इजिप्तच्या वर्चस्वाखाली करण्यात आलेला 'संयुक्त अरबी प्रजासत्ताक'चा फसलेला प्रयोग अजिबातच नको होता. अरबी एकतेसाठी नासर प्रयत्न करत असलेला बघून असाद त्याचं कौतुक करे; पण या एकतेवर आपली पकड असावी ही नासरची इच्छा मात्र त्याला मान्य नव्हती. तसंच सीरियामधला बाथ पक्ष विसर्जित करण्याची नासरची मागणी तर असादला एकदम धक्कादायकच वाटे. हळूहळू जमवाजमव करत १९६३ साली असाद आणि लष्करामधले त्याचे सहकारी अधिकारी यांनी बंड घडवून आणलं आणि सीरियाची सत्ता आपल्याकडे खेचून घेतली. आपल्या आलवाईट पंथीय सहकाऱ्यांना ३३ वर्षीय असादनं अर्थातच खूप महत्त्व दिलं. यामुळे सीरियामध्ये अचानकपणे आलवाईट पंथीयांचीच सत्ता स्थापन झाली. असादकडे सीरियाच्या हवाईदलाचं प्रमुखपद आलं. त्याचे इतर दोन आलवाईट सहकारीसुद्धा महत्त्वाच्या पदांवर नेमले गेले. देशाच्या प्रमुखपदी तेव्हा असाद आणि त्याचे सहकारी यांनी एका सुन्नी मुसलमान नेत्याला बसवलं असलं, तरी त्याचा काटा काढणं फार अवघड नसल्याची असादला कल्पना होती. बाथ पक्षाला मजबूत करणं आणि सीरियामधल्या मागास सामाजिक

घटकांना महत्त्व प्राप्त करून देणं, ही उद्दिष्ट असादनं आपल्या नजरेसमोर ठेवली. नव्या सरकारनं बँकांचं मोठ्या प्रमाणावर राष्ट्रीयीकरण केलं, तसंच खाजगी जमीनदारांकडे प्रमाणाबाहेर असलेल्या जमिनीचं वाटपही करण्यात आलं. पूर्वीपासून सरकारी धोरणांवर वर्चस्व गाजवत असलेल्या घराण्यांना सुतासारखं सरळ करण्यात आलं. बाथ पक्षानं ग्रामीण जनता आणि शहरी सर्वसामान्य नागरिक यांना आपलं मानून त्यांच्या विकासावर भर द्यायला सुरुवात केली.

१९६६ साली आणखी एक उठाव झाला. यामुळे असादची ताकद अजून वाढली; तर त्याचे दोन प्रतिस्पर्धी सहकारी सीरिया सोडून पळून गेले. असादकडे आता हवाईदलाबरोबरच एकूणच संरक्षण खात्याची जबाबदारी आली. यानंतर काही महिन्यांनंतर झालेल्या नव्या अरब-इस्रायल युद्धात इस्रायलनं सीरियाच्या हवाईदलाचं प्रचंड नुकसान केलं आणि काही सीरियन भूमीसुद्धा गिळंकृत केली. साहजिकच असादची छी-थू झाली. तरीसुद्धा असाद बचावात्मक पवित्रा घेतच नव्हता. आपला पराभव आपल्या सहकाऱ्यांच्या आणि आपल्या हाताखाली काम करणाऱ्या लोकांच्या चुकांमुळे झालेला असून, जर आपल्याकडे देशाची सगळी सूत्रं आली तर आपण सगळं ठीकठाक करू, असा आत्मविश्वास असादनं व्यक्त केला. यादृष्टीनं पावलं टाकत त्यानं आपल्या विरोधकांना अटक करवली आणि १९७१ सालच्या सुरुवातीला असादची सात वर्षांसाठी म्हणून सीरियाच्या राष्ट्रपतीपदी नेमणूक झाली.

असाद अत्यंत धूर्त आणि हिशेबी माणूस होता. आपली सत्ता भक्कम करण्यासाठी एकदम टोकाची भूमिका स्वीकारून काही वेडंवाकडं करण्याऐवजी त्यानं मध्यममार्ग स्वीकारला आणि बाथ पक्षाच्या मूळ तत्त्वांना अनुसरून वाटचाल सुरू केली. सीरियायी जनतेनं आपल्याला पाठिंबा द्यावा यासाठी त्यांचा विश्वास संपादित करण्याची गरज असल्याचं त्यानं पुरतं ओळखलं. समाजवादी अर्थव्यवस्था प्रस्थापित होईल यादृष्टीनं असादनं प्रयत्न सुरू केले; पण याचबरोबर खाजगी उद्योगांना अगदी जगणंसुद्धा मुष्कील होईल अशा स्वरूपाचं धोरण मात्र त्यानं स्वीकारलं नाही. निदान दिखाव्यापुरती तरी त्यानं सीरियामध्ये लोकशाही पद्धत रुजवत असल्याचं भासवलं. यासाठी १९७३ साली त्यानं नवी राज्यघटना अमलात आणली आणि त्यानुसार जनतेनं निवडलेल्या प्रतिनिधी संसदेसारख्या एका परिषदेची घोषणा केली. अर्थात, या परिषदेला नावापुरते अधिकार देण्याची आणि खरी सत्ता आपल्याच हाती एकवटण्याची चाल असादनं चतुरपणे खेळली होती, हे वेगळं सांगायला नको. नव्या राज्यघटनेमधला एक अत्यंत महत्त्वाचा मुद्दा, सीरियायी राष्ट्रपती मुसलमान धर्माचाच असला पाहिजे अशी अट नसण्याचा होता. यामुळे सीरियामधल्या आधीच पिचलेल्या सुन्नी पंथीयांना नवा धक्का

बसला. सीरिया हे मुस्लिम राष्ट्र नसेल आणि ते निधर्मी तत्त्वांवर चालेल तसंच देशावर आलवाईट लोकांचीच पकड असेल असा असादचा सुप्त संदेश त्यांनी लगेचच ओळखला. यामुळे प्रकरण तापू शकतं हे लक्षात येताच असाद नवी चाल खेळला. सीरियाचा राष्ट्रपती मुसलमानच असावा अशी अट राज्यघटनेत समाविष्ट करायला आपण तयार असल्याचं सांगून त्यानं तशी दुरुस्ती करूनही घेतली; पण त्याच्या जोडीला आलवाईट माणूस हा मुसलमानच असतो असा निर्णय शिया पंथामधल्या एका मान्यवर धर्मगुरूकडून जाहीर करून घेतला. यामुळे त्याची, स्थानिक जनतेला न दुखावणं आणि राष्ट्रपतीपद आपल्याकडेच राखणं, ही दोन्ही उद्दिष्टं साध्य झाली.

बाथ पक्षाचं प्रमुखपदही असादनं लवकरच स्वत:कडे घेतलं. याखेरीज आपली राज्यकारभारावरची पकड घट्ट व्हावी आणि सहजासहजी आपल्या विरोधात उठाव उफाळून वर येऊ नये यासाठी असादनं आपल्या नातेवाइकांना तसंच मित्रांना महत्त्वाची पदं दिली. याखेरीज सुन्नी पंथीयांनाही असादनं सामावून घेतलं; पण यासाठी त्यानं मुद्दाम दुर्लक्षित आणि ग्रामीण भागातून आलेले लोक निवडले. प्रस्थापित सुन्नी पंथीयांना त्यानं दूरच ठेवलं. याचं कारण म्हणजे, अशा लोकांना सत्ता उपभोगण्याची चटक लागलेली असते आणि म्हणूनच ती परत मिळवण्यासाठी आपल्या विरोधात कटकारस्थानं रचण्यासाठी हे लोक धडपडू शकतील, अशी भीती असादला अनेकदा वाटे. असादकडे सीरियाचं नेतृत्व आलं त्या सुमाराला सीरियामधली अर्थव्यवस्था शेतीप्रधान होती. कापसाची मोठ्या प्रमाणावर निर्यात होत असे. असादनं यात बदल घडवून आणले. शेतीवरून इतर वस्तूंचं उत्पादन करण्यावर त्यानं भर दिला. तेलाची मोठ्या प्रमाणावर निर्यात व्हायला लागली. काही काळ सीरियाच्या अर्थव्यवस्थेत भरभराट दिसली; पण इतर अरब देशांच्या सहकार्यावरच सीरियाचं भवितव्य अवलंबून असल्यामुळे काही काळानंतर असादची धोरणं त्यांना जाचक ठरायला लागल्यावर त्यांनी सीरियाला सहकार्य करायचं बंद केलं. यामुळे सीरियायी अर्थव्यवस्था अडचणीत सापडली. त्यातच असादच्या राजवटीत प्रचंड भ्रष्टाचार आणि गुणवत्तेपेक्षा ओळखी-नाती यांना जास्त महत्त्व आल्यामुळे दुय्यम दर्जाच्या लोकांचा सुळसुळाट माजला. तरीसुद्धा बहुधा आपल्या लहानपणीच्या कटू आठवणींमुळे असादनं सीरियामधल्या ग्रामीण लोकांचं आयुष्य सुसह्य करण्यासाठी बरेच प्रयत्न केले. तिथल्या सोयीसुविधांमध्ये बऱ्याच सुधारणा करण्यात आल्या. दुर्दैवानं बहुतेक शेतकरी भूमिहीन असल्यामुळे आणि शेतीविषयीचे निर्णय घेणारे सरकारी लोक शेतीविषयी अजिबात जाण नसलेले असल्यामुळे शेतीचा मूळ प्रश्न सुटू शकला नाही. अन्नधान्याचा तुटवडा निर्माण झाला आणि सातत्यानं सीरियाला मोठ्या प्रमाणावर अन्नधान्याची आयात

करण्याची गरज भासत राहिली. लोकसंख्यावाढीचा दर घटत नसल्यामुळे मूलभूत सुविधा, आरोग्य, शिक्षण या सगळ्यांवरच वाढता ताण जाणवत राहिला. विद्यार्थ्यांना स्वतंत्रपणे विचार करणं अशक्य व्हावं यासाठी शिक्षणपद्धतीत, बाथ पक्षाची धोरणंच कशी आदर्श आहेत आणि तीच जीवनपद्धती कशी स्वीकारली पाहिजे, या गोष्टी लहानपणापासून सगळ्यांच्या मनांवर कोरल्या गेल्या. एकीकडे असादनं अत्यंत पद्धतशीरपणे देशाला स्वतःच्या फायद्यासाठी वेठीला धरलेलं असलं, तरी दुसरीकडे त्यानं काही धाडसी सामाजिक सुधारणाही केल्या. स्त्रियांना सीरियामध्ये दुय्यम स्थान मिळत असे. यात असादनं बदल केले. स्त्रियांना अनेक क्षेत्रांमध्ये संधी उपलब्ध करून देण्यात आल्या. अर्थातच असादच्या विरोधकांनी सीरियामध्ये अशा प्रकारे स्त्रियांचं वर्चस्व वाढवण्याच्या या प्रकाराला धर्म भ्रष्ट करण्याची उपमा दिली. अर्थातच एकीकडे आपली हुकूमशाही कायम ठेवण्यासाठी धडपडणं आणि दुसरीकडे सामाजिक न्यायासाठी चांगल्या उपाययोजना करणं, अशा दुहेरी कात्रीत सीरिया सापडला. देशामधलं वातावरण मोकळंढाकळं असूच शकणार नाही हे अधिकाधिक स्पष्ट होत गेलं.

सातत्यानं इस्रायल हाच आपला मुख्य शत्रू आहे असं मानून असादनं त्यादृष्टीनं परकीय धोरणांची आखणी केली. पॅलेस्टाईनवर इस्रायलनं अमेरिकेच्या साथीनं केलेल्या जबरी अन्यायाचा सीरियामध्ये सगळ्यात मोठ्या प्रमाणावर निषेध केला जात असे. सीरियायी जनता या बाबतीत असादच्या पाठीशी उभी असे. अरब देशांचा इस्रायलशी सुरू असलेला लढा यशस्वी करायचा असेल, तर त्यासाठी सीरियायी लष्कर भरभक्कम केलं पाहिजे, याची असादला जाण होती. म्हणूनच त्यानं सोविएत युनियन या आपल्याला शस्त्रास्त्रांचा पुरवठा करणाऱ्या देशाला आणखी मोठ्या प्रमाणावर अत्याधुनिक शस्त्रास्त्रं पुरवण्याचा आग्रह केला. तसंच १९६७ साली सीरियाच्या लष्करामध्ये ५० हजार जवान होते, तर १९८० च्या दशकात हा आकडा तब्बल आठ पटींनी वाढला! अर्थातच यामुळे सीरियाच्या अर्थकारणावर याचे दुष्परिणाम झाले आणि एकूण राष्ट्रीय उत्पादनापैकी २०% खर्च लष्करावरच व्हायला लागला. साहजिकच अनेक समाजोपयोगी कामांवरचा खर्च कमी होत गेला. १९६७ सालच्या युद्धात इस्रायलनं सीरियासकट इतर अरब देशांना पार नमवलं तर होतंच; पण शिवाय सीरियाचा 'गोलन हाईट्स' नावाचा प्रांतही जिंकला होता. तो काहीही करून परत मिळवण्यासाठी असाद धडपडत होता. रणांगणावर लढूनच हे शक्य होईल असं त्याला वाटत होतं. नासरनंतर इजिप्तच्या राष्ट्रपतीपदी आलेल्या अन्वर सदातच्या रूपानं त्याला एक समविचारी सहकारी लाभला. संयुक्तपणे इस्रायलवर हल्ला करायचा बेत त्यांनी आखला आणि १९७३ सालच्या ऑक्टोबर महिन्यात इस्रायलमध्ये राष्ट्रीय सण सुरू

असताना अत्यंत अनपेक्षितपणे त्यांनी आपली मोहीम तडीला नेली. या मोहिमेची सुरुवात सीरिया आणि इजिप्त यांच्यासाठी लाभदायी ठरली; पण इस्रायलनं लगेचच जमवाजमव करून आपलं लष्करी वर्चस्व परत एकदा सिद्ध केलं. तरीसुद्धा सीरियाच्या लष्करानं गोलन हाईट्सचा प्रदेश परत मिळवण्यासाठी चांगली झुंज दिली. यामुळे भविष्यात इतर अरब देशांच्या मदतीनं आपण गोलन हाईट्स परत मिळवू असा विश्वास असादच्या मनात टिकून राहिला. हा त्याचा भ्रमनिरास ठरला. काही वर्षांनी सदातनं अत्यंत धक्कादायकरीत्या आणि नाट्यमयपणे इस्रायलशी इजिप्तचं असलेलं वैर संपुष्टात आणण्यासाठीचा करार केला. आपल्या कट्टर शत्रूशी त्यानं समझोता केला आणि यामुळे इतर अरब देश अवाक झाले. आता आपल्याला एकट्यालाच इस्रायलशी लढणं भाग आहे, असं म्हणून असादनं सीरियायी लष्कराला अजूनच मजबूत करण्यासाठीची पावलं उचलली. इजिप्तच्या अनुपस्थितीत आपण अरब देशांच्या वतीनं इस्रायलशी लढायचं आणि इतर अरब देशांना आपल्या पाठीशी उभं राहायला भाग पाडायचं, असा असादचा यामागचा हेतू होता.

खरं म्हणजे इस्रायलच्या विरोधात ठामपणे उभं राहण्याचा निर्णय घेतलेला असाद सीरियामध्ये लोकप्रिय तर होताच; पण अरब देशांमधली त्याची प्रतिमासुद्धा चांगली होती. १९७६ साली लेबेनॉनमध्ये सुरू असलेल्या यादवी युद्धात सीरियाचे लष्कर धाडण्याची चूक मात्र त्याला चांगलीच भोवली. सीरियाचे लष्कर लेबेनॉनमध्ये इस्रायलचा कट्टर शत्रू असलेल्या पॅलेस्टिनी मुक्ती संघटनेशी लढलं; म्हणजे आपल्याच मित्राशी. यामुळे असाद पॅलेस्टिनी लोकांच्या नजरेतून पार उतरला. शिवाय सीरियामध्येही असादविषयी संतापजनक प्रतिक्रिया उमटल्या. याहून मोठा प्रकार १९८०-८८ या काळातल्या इराण-इराक युद्धात बघायला मिळाला. खरं म्हणजे सीरियाप्रमाणेच इराकमध्येही बाथ पक्षाचीच सत्ता होती. तरीसुद्धा बाथ पक्षाच्या मूळ उद्दिष्टांपासून आणि ध्येयांपासून फारकत घेतल्याबद्दल हे दोन्ही देश एकमेकांवर टीका करत होते. साहजिकच फक्त नावापुरतीच दोन्ही देशांमध्ये एकाच पक्षाची सत्ता उरली. प्रत्यक्षात त्यांच्यामधले संबंध बिघडत गेले. १९७९ साली इराणमध्ये इस्लामी क्रांती झाली आणि अमेरिकेनं अनेक वर्षांपासून सत्तेवर बसवलेला नेता पळून गेला. इराणमध्ये शिया पंथीयांचं वर्चस्व असल्यामुळे इराणमधली धार्मिक क्रांती शेजारीच असलेल्या आपल्या देशातही पसरेल, अशी भीती इराकच्या सद्दाम हुसेनला वाटत होती. इराकमध्ये शिया पंथीय बहुसंख्य असूनसुद्धा आपल्या सुन्नी पंथीयांची सत्ता असल्यामुळे या धार्मिक क्रांतीचा आपल्याला थेट धोका पोहोचू शकतो, अशी भीती सद्दामला वाटत होती. म्हणूनच त्यानं ही क्रांती इराकमध्ये पसरू न देण्याच्या हेतूपोटी १९८०

साली इराणवर हल्ला केला. बहुतेक सगळ्या अरब देशांनी या प्रश्नामध्ये इराकची बाजू घेतली. असादनं मात्र इतर अरब देशांचं मत झुगारून शिया बहुमत असलेल्या इराणला साथ द्यायचं ठरवलं. याचं कारण म्हणजे, इराणमध्ये १९७९ साली झालेली क्रांती मुळात अमेरिकेच्या वर्चस्ववादाला मोडून काढण्यासाठीची होती. साहजिकच अमेरिका-इस्रायल यांच्यामधल्या युतीला इराण विरोध करत असताना इतर अरब देशसुद्धा या कारणासाठी इराणची साथ देतील, अशी खात्रीच असादला वाटत होती. प्रत्यक्षात मात्र इतर अरब देशांनी हा प्रश्न अमेरिका-इस्रायल संबंधांपर्यंत नेलाच नाही आणि इराकची बाजू घेतली. यामुळे असाद एकटा पडला. तरीसुद्धा आपल्या लष्करी सामर्थ्याच्या जोरावर असादनं सीरियाची बाजू एकदम कमकुवत होणार नाही याची काळजी घेतली.

असं असूनही असादच्या विरोधात सीरियामध्ये असंतोष निर्माण होत गेला. एक तर पीएलओशी लढाई आणि इराण-इराक युद्धात इराकला साथ देणं याला जनतेचा विरोध होता; त्यातच आलवाईट पंथीयांची सत्ता किती दिवस खपवून घ्यायची, या प्रश्नावरून परंपरावादी सुन्नी पंथीयांनी असादला पदच्युत करण्यासाठी निदर्शनं आणि इतर मार्ग अवलंबायला सुरुवात केली. अलेप्पो, होम्स आणि हमा यांसारख्या शहरांमध्ये असादविरोधाची केंद्रं होती. असादच्या विरोधकांनी एकत्र येत आपली 'इस्लामिक फ्रंट' नावाची एक आघाडी उभी केली. असादनं हा धोका ओळखून आपल्या विरोधकांना मोठ्या प्रमाणावर अटक करण्याचं सत्र आरंभलं; पण यामुळे त्याच्या विरोधात सुरू असलेला उठाव अजूनच वाढला. १९८० साली इस्लामिक फ्रंटनं दमास्कसमधल्या अनेक सरकारी इमारतींवर हल्ले केले. हळूहळू या निदर्शनांचं रूपांतर मोठ्या उठावामध्ये होत गेलं. १९८२ साली इस्लामिक फ्रंटनं हमा शहराच्या काही भागांवर आपलं वर्चस्व प्रस्थापित करून सर्वसामान्य जनतेला आपल्या लढ्यात सहभागी होण्याचं आवाहन करून सनसनाटी निर्माण केली. हा प्रकार आपल्याला चांगलाच गोत्यात आणू शकतो याची कल्पना असल्यामुळे असादनं सगळ्या ताकदीनिशी हा उठाव मोडून काढण्याचे आदेश आपल्या लष्कराला दिले. हमा शहरात रणगाड्यांसकट इतर सगळ्या मार्गांनी उठाव ठेचून काढण्यात आला. उठाव करणाऱ्यांना आश्रय दिलेल्या जनतेलाही सीरियायी लष्करानं यमसदनी धाडलं. दोन आठवड्यांच्या संघर्षानंतर असादनं हमा शहर पुन्हा काबीज केलं खरं; पण या काळात उठाव घडवून आणणाऱ्यांसह सुमारे १० हजार सीरियायी नागरिक आपल्याच लष्कराशी लढताना ठार झाले होते, तसंच या शहराचं प्रमाणाबाहेर नुकसान झालं होतं. या घटनाक्रमामुळे पूर्ण सीरियामध्ये थरकाप उडून जाण्याजोगं वातावरण निर्माण झालं. आपल्या विरोधात बंड पुकारणाऱ्या

लोकांची आपण काय अवस्था करू शकतो, याची झलकच असादनं जणू दाखवली होती.

यानंतर १९८३-८४ च्या काळात असादला हृदयविकाराचा झटका आल्याचा फायदा उठवून त्याच्या भावानं त्याला शह देण्याचा आणि सत्ता आपल्याकडे हिसकावून घेण्याचा प्रयत्न केला. परत एकदा असादनं अत्यंत वेगानं पावलं टाकत ही योजनासुद्धा हाणून पाडली. असाद अशा प्रकारे आपली सत्ता टिकवून धरत असला, तरी आता ती त्याच्या लोकप्रियतेपोटी टिकून राहिलेली नसून केवळ त्याच्यावर असलेल्या लष्कराच्या निष्ठेपोटीच हे शक्य असल्याचं अगदी स्पष्टपणे दिसून आलं होतं. असादच्या लोकप्रियतेला ओहोटी लागली. यामुळे आपली सत्ता काहीही करून टिकवून धरण्यासाठी आणि सत्तेवरची पकड ढिली पडू नये यासाठी असादनं आपला पोलादी पंजा सीरियाभोवती आवळायला सुरुवात केली. असादच्या प्रतिमेचं अवास्तव वर्णन सुरू झालं. हुकूमशाही राज्यव्यवस्थेची सगळी चिन्हं असादच्या सत्तेमध्ये प्रतिबिंबित होत असल्याचं अगदी स्पष्टपणे दिसायला लागलं. आपली तब्येत फारशी चांगली नसल्याची जाणीव झाल्यामुळे असादनं आपला वारसदार निश्चित करायचं ठरवलं. असादला माहर, बशर, बसल आणि माजिद अशी मुलं होती. यांपैकी बसलला त्यानं आपला वारसदार म्हणून नेमायचं नक्की केलं आणि त्यासाठीची वातावरणनिर्मितीही सुरू केली. दुर्दैवानं २१ जानेवारी १९९४ या दिवशी बसलचं एका मोटार अपघातात निधन झालं. यामुळे २९ वर्षं वयाच्या बशर अल असादला आपला वारसदार करायचं हफीझ अल असादनं ठरवलं. बशर अल असादला लष्करात भरती करण्यात आलं आणि प्रत्यक्ष युद्धभूमीवर न जाता त्यानं लष्करामधल्या निरनिराळ्या गोष्टी शिकून घेतल्या. २००० सालच्या जून महिन्यात हफीझ अल असादचं वयाच्या एकोणसत्तराव्या वर्षी हृदयविकाराच्या झटक्यानं निधन झाल्यावर सीरियाची सत्ता बशर अल असादकडे आली.

१९६५ साली जन्मलेल्या बशर अल असादनं अशा रीतीनं २००० साली सीरियाची सूत्रं आपल्याकडे घेतली. दमास्कसमध्ये जन्मलेल्या बशर अल असादच्या नावाचा अरबी भाषेतला अर्थ 'सिंह' असा होतो. असादला एकूण पाच भावंडं होती. त्यांपैकी तीन दगावली. बुश्रा ही त्याची लहान बहीण तर बालपणीच दगावली होती. असादला राजकारणात अजिबात रस नव्हता. आपलं महाविद्यालयीन शिक्षण संपल्यानंतर त्यानं नेत्ररोगतज्ज्ञ व्हायचं ठरवलं आणि त्यासाठीचा वैद्यकीय अभ्यासक्रम पूर्ण केला. नंतर लंडनला जाऊन त्यानं यातलं पुढचं शिक्षणही घेतलं. बसल या आपल्या मोठ्या भावाच्या अकाली निधनानंतर बशर अल असादनं आपल्या वडिलांची गादी पुढे चालवायचं ठरवलं. अशा

रीतीनं सीरियामधली हुकूमशाहीवादी राजव्यवस्था सुरूच राहिली. नावापुरतं जनमत अधूनमधून तपासलं जात असे; पण असादला कुणी विरोध करण्याचा किंवा तो केला तरी त्याविषयी जाहीर वाच्यता होण्याचा प्रश्नच नसे.

२०११ साली अरब देशांमध्ये क्रांतीचे वारे वाहायला लागले आणि ते सीरियापर्यंत आले. २६ जानेवरी २०११ या दिवशी अनेक दशकांपासून सीरियायी नागरिकांच्या मनात खदखदत असलेला संताप बाहेर पडला. सीरियामध्ये लोकशाही वारे पुन्हा खेळावेत, नागरी हक्कांची पायमल्ली थांबावी आणि हुकूमशाही समाप्त व्हावी यासाठीच्या मागण्यांनी जोर धरला. ही निदर्शनं शांतपणे खपवून घेणं परवडण्यासारखं नसल्यामुळे असादनं बळाचा वापर करून आंदोलकांवर भरपूर अत्याचार केले. यामुळे अमेरिकेनं सीरियावर निर्बंध घातले. यापाठोपाठ युरोपीय देशांनीही असादच्या विरोधातली आपली एकी जाहीर केली. याला प्रतिसाद म्हणून असादनं जनमताचा आदर करून, आपण लवकरच लोकशाही वातावरणात निवडणूक घेणार असल्याचं जाहीर केलं. तुर्कस्थानमधून सीरियात या निदर्शनांमध्ये भाग घेण्यासाठी आलेल्या लोकांनी शांतपणे आपल्या मायदेशी परतावं आणि त्याच्या मोबदल्यात आपण त्यांना कसलीही इजा करणार नाही, असं त्यानं सांगितलं. प्रत्यक्षात असादनं आपलं वचन पाळलं नाही आणि निदर्शकांनीही माघार घ्यायला नकार दिला. यामुळे सीरिया पेटला. यादवी युद्धासारखं स्वरूप असलेला भीषण हिंसाचार सुरू झाला. अमेरिकेसकट अनेक पाश्चिमात्य देशांनी असादचा तीव्र निषेध केला आणि त्याला पदच्युत करण्याची मागणी लावून धरली. रशियानं मात्र याला पूर्ण विरोध केला. असादला सत्तेवरून हटवण्यात कसलाच मतलब नसल्याचं सांगून रशियानं असादच्या बाजूनं आपण उभं राहणार असल्याची ग्वाही दिली.

लवकरच या घटनाक्रमाला आयसिसच्या जन्माची जोड मिळाली!

आयसिस

इराकमध्ये शिया पंथीयांचं प्रमाण सुन्नी पंथीयांहून बरंच जास्त आहे. उरलेले लोक कूर्द पंथाचे आहेत. अमेरिकेनं २००१ सालच्या गाजलेल्या ९/११ प्रकरणानंतर आधी अफगाणिस्तान आणि त्यानंतर इराक इथं लष्करी कारवाई करून दोन्ही देश खिळखिळे करून टाकले. इराकवरच्या अमेरिकी हल्ल्यामुळे अनेक दशकांपासूनची सद्दाम हुसेनची एकहाती सत्ता संपुष्टात आली. सद्दाम सुन्नी होता. सुन्नी पंथीयांची संख्या इराकमध्ये कमी असूनसुद्धा सद्दामचं राज्य असल्याचा फायदा उठवून सुन्नी पंथीयांनी इराकमध्ये आपलं वर्चस्व निर्माण केलं होतं. सद्दामला अमेरिकेनं हटवल्यामुळे अचानकपणे सुन्नी पंथीय दबावाखाली आले आणि सैरभैर झाले. लष्कर, गुप्तचर यंत्रणा आणि इतर सरकारी विभाग इथं काम करणारे सगळे लोक एकाएकी बेकार झाले. यांपैकी लष्करी प्रशिक्षण घेतलेले सुमारे पाच लाख जण होते. आता तेसुद्धा, पुढे काय करायचं या विवंचनेनं घेरले गेले. यामधल्या काही हजार लोकांना अमेरिकी लष्करानं अटक करून 'कॅम्प बुक्का' नावाच्या तुरुंगात डांबलं. एकूण १६ हजार लोकांना इथं ठेवता येईल इतकी त्याची क्षमता होती. या तुरुंगात कैद्यांना सहानुभूतीनं वागवण्यात येईल असं अमेरिकेनं जाहीर केलं. तसंच त्यांना रोजगार मिळवून देणाऱ्या गोष्टींचं प्रशिक्षण घेणं, आपल्या कुटुंबीयांना अधूनमधून भेटणं, तंदुरुस्ती राखण्यासाठी खेळ खेळणं, पुस्तकं वाचणं, सिनेमे बघणं शक्य होतं. या कैद्यांचं दोन गटांमध्ये विभाजन करण्यात आलं. पहिल्या गटामध्ये सद्दाम हुसेनच्या 'बाथ' पक्षाचे सदस्य आणि याच पक्षानं उभ्या केलेल्या लष्करामध्ये लढलेले लोक होते, तर दुसऱ्या गटामध्ये इतर सगळे गुन्हेगारी प्रवृत्तीचे किंवा आक्रमक लोक होते. त्यातल्या त्यात प्रत्यक्ष हिंसाचार करणारे आणि तो न करणारे अशा लोकांना वेगळं ठेवणं, तसंच शिया आणि सुन्नी पंथीयांना वेगळं ठेवणं इतपत व्यवस्था उभ्या करण्यात

आल्या. हळूहळू या तुरुंगात इतर गटही तयार करण्यात आले. वेगवेगळ्या गटांमधल्या लोकांना वेगवेगळ्या रंगाचे कपडे घालायला देण्यात आले. ही सगळी अमेरिकी सरकारकडून प्रसारित करण्यात आलेली अधिकृत माहिती झाली!

अमेरिकेच्या वतीनं या तुरुंगाचं व्यवस्थापन सांभाळणाऱ्या लष्करी अधिकाऱ्यानं अगदी गाजावाजा करून, आपण या तुरुंगातल्या कैद्यांना कशी चांगली वागणूक देणार आहोत हे सांगितलं, त्याच्या दोनच आठवड्यांनंतर या तुरुंगात थैमान माजलं. या तुरुंगात बाहेरून अवैधपणे वस्तू आणल्या जातात अशा संशयावरून अमेरिकी लष्करी पोलिसांनी झडती घेतली, तेव्हा दहा हजार कैदी त्यांच्यावर तुटून पडले. अमेरिकी लष्करी पोलिसांनी केलेल्या गोळीबारात चार जण ठार झाले आणि सहा जण जखमी झाले. यानंतर दोन महिने झाल्यावर या तुरुंगातून पळून जाण्यासाठी कैद्यांनी ३५७ फूट लांबीचं भुयार तयार केल्याचं अमेरिकी लष्करी अधिकाऱ्यांच्या लक्षात आलं. यातून मार्ग काढण्यासाठी अमेरिकी लष्करी अधिकाऱ्यांनी एक बेत आखला. कैद्यांमधल्याच काही जणांना हाताशी धरून नक्की काय सुरू आहे याची वित्तंबातमी काढायची असं त्यांनी ठरवलं. यासाठी त्यांनी काही मोहरे निवडले. ते इतर कैद्यांवर नजर ठेवतील आणि आतल्या गोटातल्या बातम्या वेळेतच अमेरिकी लष्करापर्यंत पोहोचवतील असं ठरलं. या 'नेत्यांनी' शरिया कायद्याचा अगदी कट्टर अर्थ लावून, म्हणजेच 'तकफिरी' म्हणून ओळखल्या जाणाऱ्या संकल्पना वापरून चक्क तुरुंगातच आपला न्यायनिवाडाही सुरू केला. उदाहरणार्थ, धर्मावर विश्वास न ठेवणाऱ्या सहकैद्यांच्या जिभा हासडणं किंवा त्यांचे डोळे फोडणं, अशा निर्घृण शिक्षा ते देत असत. यामधले अनेक जण पूर्वी ओसामा बिन लादेनच्या कुप्रसिद्ध 'अल कायदा'चे सदस्यही होते. अमेरिकी लष्करानं याकडे नुसता कानाडोळा केला असंच नाही, तर काही कैद्यांना शिक्षा मिळावी म्हणून या प्रकारच्या न्यायालयांसमोर उभंही केलं. २००४ सालच्या रेडक्रॉस संघटनेच्या अहवालानुसार, या तुरुंगात डांबण्यात आलेल्या लोकांपैकी जवळपास ९०% लोक निरपराध होते. त्यांना चुकून अटक करण्यात आली होती. २००७ सालच्या सुमाराला या तुरुंगात असलेल्या २६ हजार कैद्यांपैकी फक्त २ हजार जण इराकमध्ये सुरू असलेल्या हिंसाचारामध्ये थेट सहभागी झाले होते, तर उरलेल्यांना काही कामच उरलेलं नसल्यामुळे किंवा इतर काही कारणांमुळे ते यात ओढले गेले होते.

२००४-०९ या काळात एकंदर सुमारे एक लाखाहून जास्त इराकी लोक या तुरुंगामध्ये होते. यामधल्या बहुसंख्य निरपराध आणि मध्यममार्गानं चालणाऱ्या इराकी नागरिकांना सक्तीनं धार्मिक कट्टरवादाचं प्रशिक्षण घ्यावं लागलं. याला नकार देण्याचे परिणाम अर्थातच महाभयानक असत. अगदी थोडक्यात सांगायचं

तर, तिथं भरती करण्यात आलेल्या तरुणांना सक्तीनं कट्टर बनण्यासाठीचं प्रशिक्षण देण्यासाठी कट्टरवाद्यांना पूर्ण मुभा होती. अमेरिकेनं याकडे साफ दुर्लक्ष केलं. याखेरीज स्फोटकं कशी वापरायची, हिंसाचार कसा घडवून आणायचा, आत्मघाती हल्ले कसे करायचे यासाठीसुद्धा इथं भरती झालेल्या युवकांना प्रशिक्षण देण्यात आलं. इथं सुमारे वर्षभर राहून जेव्हा हे लोक पुन्हा आपल्या घरी परतत, तेव्हा त्यांच्यात आमूलाग्र बदल झालेला असे. पूर्वी कौटुंबिक आयुष्य सुखात जगणारे, अधूनमधून दारूसुद्धा पिणारे हे लोक आता टोकाचे कट्टरवादी झालेले असत. अशा प्रकारे कट्टरवादी लोक घडवण्याचा एक कारखानाच या तुरुंगात अव्याहतपणे सुरू राहिला.

इथंच भविष्यात आयसिसचा खलिफ म्हणून ओळखला जाणारा इब्राहिम इब्न अवाद अल-बद्री अल-समराई ऊर्फ अबू बक्रसुद्धा होता. इथं अबू बक्रवरसुद्धा कट्टरवादाचे आणि दहशतवादाचे संस्कार झाले, की ते घेऊनच तो या तुरुंगात आला होता, याची कल्पना नाही. २००४ सालच्या फेब्रुवारी महिन्यात त्याला अटक झाली असली, तरी त्याच्यापासून फार धोका नसल्याच्या कारणावरून त्याला त्याच वर्षीच्या नोव्हेंबर महिन्यात तुरुंगातून सोडून देण्यात आलं. 'रस्त्यामध्ये दादागिरी करणारा माणूस' यापलीकडे त्याच्यावर फारसे आरोप नव्हते. आपणच आयसिसचे प्रमुख असल्याचा दावा करणाऱ्या अबू बक्रचं फक्त एकच छायाचित्र उपलब्ध आहे. तुरुंगात असताना कळकट अवस्थेतला अबू बक्र त्यात दिसतो. १९८९ साली बगदादमध्ये अबू बक्र मुस्लिम धर्माचा अभ्यास करण्यासाठी प्रथम आला असं मानलं जातं. अबू बक्र कॅम्प बुक्काच्या तुरुंगात नक्की किती काळ होता याविषयीही अनिश्चितता आहे. तो तिथं फक्त दहा महिने नव्हता, तर तब्बल पाच वर्षं होता, असं काही जण म्हणतात. खरं म्हणजे, अमेरिकी लष्कराकडे सगळी कागदपत्रं असतात; पण कदाचित अबू बक्रला सोडल्यानंतर त्यानं माजवलेलं थैमान बघता, मुद्दामच ही अनिश्चितता अमेरिकेनं निर्माण केली असावी, असं मानलं जातं. याखेरीज या तुरुंगात सुरू असलेल्या प्रकारांना अमेरिकी लष्कराची मूक संमती होती, हेसुद्धा अगदी स्पष्टपणे दिसून आलं असतं; म्हणून अबू बक्रच्या संदर्भात ही संदिग्धता कायम ठेवली गेली असणार, असंही वाटतं. तुरुंगात अबू बक्रकडे तर अमेरिकी लष्करामधले अनेक जण सन्मानाच्या नजरेनं बघायचे, असंही म्हटलं जातं! अबू बक्रला तिथं इतर कैद्यांना भेटण्याची परवानगी होती. याचा आणि तिथं पाच वर्षं राहायला मिळाल्याचा फायदा त्यानं उठवला, असं म्हणायला भरपूर वाव आहे.

या अबू बक्रचं एक छोटेखानी चरित्रसुद्धा त्याच्या एका स्तुतिपाठकानं लिहिलं आहे! तो कसा मोठ्या घराण्यात जन्मला, तोच महंमद पैगंबरांची भूमिका

आधुनिक जगात निभावण्यासाठी कसा योग्य आहे, अशा प्रकारची वर्णनं त्यात सापडतात. अर्थातच अबू बक्रवर टीका करणारेही अनेक जण आहेत. त्याच्या या चरित्रात खोटेपणा भरलेला आहे, तो बगदादचा अजिबातच नाही, त्याला शरिया विषयी फारसं काही माहीत नाही, अमेरिकेनं इराकवर हल्ला केल्यावर त्यानं पळ काढला होता आणि तो दमास्कसमध्ये राहिला होता, असे अनेक आरोप ते करतात. संभ्रमात टाकणाऱ्या आणि उलटसुलट माहिती देणाऱ्या इतक्या गोष्टी अबू बक्रविषयी सांगितल्या जातात, की त्यामधलं नेमकं काय खरं आहे हे कळणं जवळपास अशक्य आहे. तो मूळचा इराकी आहे हे मात्र जवळपास सगळेच जण मान्य करतात.

२००४ सालच्या सुमाराला फलुज्जामध्ये अबू बक्रला पकडण्यात आलं खरं; पण आता आपण एकदम दहा वर्षं पुढे गेलो तर २८ जून २०१४ चा दिवस महत्त्वाचा ठरेल. मुसलमान लोकांना 'आपल्या देशात' येण्याचं आवाहन अबू बक्र अल-बगदादी अगदी जोरात करत होता. सीरिया हा देश सीरियन लोकांसाठी नाही आणि इराक हा देश इराकी लोकांसाठी नाही, असं त्याचं म्हणणं होतं. नव्या इस्लामी राज्याची आणि म्हणूनच आयसिसची स्थापना करण्याची हीच ती घोषणा होती. इराकमधल्या मोसूल शहरावर काही दिवसांपूर्वी अल-बगदादीच्या

इब्राहिम इब्न अवाद अल-बद्री अल-समराई ऊर्फ अबू बक्र

फौजेनं आपलं वर्चस्व निर्माण केलं होतं. तिथल्या अल-नूरी या सुप्रसिद्ध मशिदीतून अल-बगदादी आता जगभरातल्या सगळ्या मुसलमान लोकांना एकत्र येण्यासाठी साद घालत होता. इराकमध्ये जन्मलेला आणि तिथलाच नागरिक असलेला अल-बगदादी आता, कुठल्याही देशाचं नागरिकत्व, ही संकल्पनाच नाकारत होता. त्याच्या दृष्टीनं कुठल्याच देशाचं; इतकंच काय, तर या जगाचंसुद्धा अस्तित्त्व नव्हतं. फक्त 'इस्लामी राष्ट्र' ही आभासी संकल्पना त्याच्या दृष्टीनं साकारली होती. म्हणूनच पृथ्वीतलावरच्या मानवजातीचेही अल-बगदादीच्या दृष्टिकोनातून अगदी सरळ दोन गट पडले होते. पहिला गट मुसलमान आणि त्यांच्या बाजूनं लढणाऱ्या पवित्र योद्ध्यांचा, म्हणजेच 'मुजाहिदीन' लोकांचा होता. दुसरा गट ज्यू आणि इतर सगळ्या शत्रूंचा होता. काळा पोषाख घातलेला अल-बगदादी मध्ययुगीन काळातल्या खलिफांशी आपलं नातं जोडू पाहत होता आणि याखेरीज अबू मुसब अल-झरकावी या आपल्याआधीच्या आदर्श नेत्याची गादी पुढे चालवण्याची भाषा करत होता. हा अबू मुसब अल-झरकावी होता तरी कोण?

२००४ सालच्या जानेवारी महिन्यात अबू मुसब अल-झरकावी यानं ओसामा बिन लादेनला पाठवलेलं एक पत्र अमेरिकी गुप्तचर खात्याच्या लोकांच्या हाती लागलं. २००२ सालच्या मध्यावर इराणमधून अल-झरकावी इराकमध्ये आला. तिथं आपल्या मर्जीतले खास लोक आहेत अशी त्याला पक्की खात्री वाटत असे. झरकावीचं हे पत्र अंगाचा थरकाप उडवणारं आहे. त्यात इराण, इराक, सीरिया आणि लेबेनॉन या देशांमध्ये शिया पंथीयांचं वर्चस्व निर्माण होत असल्याबद्दल भीती व्यक्त करण्यात आलेली असून, यामुळे शिया पंथीयांचा जणू एकसंध देशच निर्माण होईल, असं म्हटलेलं आहे. हे टाळण्यासाठी सुन्नी लोकांनी आक्रमक व्हायला पाहिजे, असं तो म्हणतो. इराकमध्ये अशा प्रकारचा उठाव घडवून आणणं अत्यावश्यक असताना सुन्नी पंथीय आरामात आपापल्या बायकांच्या बाहुपाशात रममाण होण्यात गुंतले असल्याविषयी तो राग व्यक्त करतो. अमेरिका, कूर्द पंथीय आणि आता शिया पंथीयांनी भरलेलं इराकी लष्कर हे आपले शत्रू असल्याचं जाहीर करून, त्यांना अजिबात घाबरण्याची गरज नसल्याचं तो म्हणतो. शिया पंथीयांचं वर्णन तो मोठा अडथळा, फुत्कारे टाकणारा साप, विषारी विंचू, हेरगिरी करणारा शत्रू आणि जहाल विष अशा अनेक विशेषणांनी करतो. जर झोपी गेलेल्या सुन्नी पंथीयांना जागं करायचं असेल, तर शियांच्या विरोधात युद्धच छेडलं पाहिजे, असा युक्तिवाद तो करतो. अमेरिकी लष्करानं इराकवर आपलं नियंत्रण प्रस्थापित केल्यानंतर सद्दाम हुसेनच्या बाथ पक्षाचं नामोनिशान मिटवण्याचा चंगच बांधला होता. याचाच एक भाग म्हणून

इराकी सरकारव्यवस्था आणि लष्कर तसंच पोलीस दल यांतून सुन्नी पंथीयांना बेदखल करण्यात आलं होतं. अशा प्रकारे गमावलेलं वर्चस्व पुनर्प्रस्थापित करण्यासाठी सुन्नी पंथीयांच्या मनात सूडभावना पेटवली पाहिजे आणि यासाठी शियांवर मोठ्या प्रमाणावर आक्रमण करण्यावाचून गत्यंतर नाही, असा त्याचा थरकाप उडवणारा निष्कर्ष होता.

अल–झरकावीचं हे पत्र हाती लागण्याच्या काही महिने आधी त्यानं इराकमध्ये धुमाकूळ घालायला सुरुवात केली होती. सद्दाम हुसेनची गच्छंती करून आपण इराकला शांतता, कायदा आणि सुव्यवस्था यांच्या नव्या जगात नेत असल्याचं अमेरिकेनं निर्माण केलेलं चित्र यामुळे धूसर होत गेलं. लोकशाही नांदण्याची शक्यता मावळत गेली. उलट, तिथं आता यादवी युद्ध पेटण्याची दाट चिन्हं दिसायला लागली. ७ ऑगस्ट २००३ या दिवशी बगदादमधल्या जॉर्डनच्या दूतावासासमोरच्या इमारतीबाहेरच्या एका मोटारीत ठेवण्यात आलेल्या बॉम्बच्या स्फोटात ७५ लोक ठार/जखमी झाले. अमेरिकी आक्रमणानंतरची ही पहिली मोठी घटना ठरली. याला दोन आठवडेसुद्धा झालेले नसताना १२ ऑगस्टला संयुक्त राष्ट्र संघाच्या इमारतीला ट्रकमध्ये ठेवण्यात आलेल्या बॉम्बनं उद्ध्वस्त केलं. या हल्ल्यात संयुक्त राष्ट्र संघाच्या विशेष प्रतिनिधीसकट एकूण २२ जण

अबू मुसब अल–झरकावी

मृत्युमुखी पडले. यानंतर दहा दिवसांनी बगदादपासून १६० किलोमीटर्स अंतरावरच्या नजफ इथं मशिदीबाहेर घडवून आणलेल्या बॉम्बस्फोटानं तिथल्या धार्मिक नेत्यासह १२५ लोक मरण पावले. प्रत्येक बॉम्बस्फोटाची तीव्रता आधीच्या बॉम्बस्फोटापेक्षा जास्त होती. तसंच आपल्या नव्या शत्रूंचा बदला घेण्यासाठीचा स्पष्ट हेतू यात दिसत होता. अमेरिकेची साथ देणारं जॉर्डनमधलं हॅशमाईट घराणं, मध्यपूर्व आशियामधले अमेरिकेचे इतर मित्र, इराकमधल्या सद्दामोत्तर परिस्थितीचा फायदा उठवू पाहणारे लोक आणि अर्थातच सुन्नी लोकांच्या अधोगतीचा लाभ उठवू पाहणारे शिया पंथीय, हे सगळे अल-झरकावीचे शत्रू होते. या अल-झरकावीची पार्श्वभूमी जाणून घेणं महत्त्वाचं आहे.

जॉर्डन देशातल्या अम्मान शहरापासून सुमारे ४० किलोमीटर्स अंतरावर झरका नावाचं एक जुनाट गाव आहे. बायबलमध्ये जेकबच्या देवाबरोबर झालेल्या चढाओढीचे उल्लेख या गावाच्या संदर्भात सापडतात. तसंच इस्रायलनं बेदखल केलेल्या निर्वासित पॅलेस्टिनी लोकांची सगळ्यात जुनी वस्तीसुद्धा याच गावात आहे. ती अल-रसीफा म्हणून ओळखली जाते. जन्मनाव अहमद फादिल नझल अल-खालयला असं असलेल्या अल-झरकावीचा जन्म बनी हसन म्हणून ओळखल्या जाणाऱ्या समाजात झाला. जॉर्डनमध्ये पूर्वी असलेल्या 'हॅशमाईट' राजघराण्याशी बनी हसन समाज एकनिष्ठ होता. अल-झरकावीचे वडील त्यांच्या समाजात प्रतिष्ठित म्हणून ओळखले जात. वादविवादांनंतर न्यायनिवाडा करण्याची जबाबदारी बरेचदा त्यांच्यावर येई. त्यांचा मुलगा म्हणजे अल-झरकावी मात्र याच्या बरोबर उलटा निघाला. शिक्षणात त्याला अजिबात रस नव्हता. उनाडक्या करता करता तो लवकरच गुन्हेगारीकडे वळला. १९८४ साली वडिलांचं निधन झाल्यानंतर त्यानं शाळाही सोडली. ताकदवान नसला तरी तो अत्यंत आक्रमक होता. तो भरपूर दारू ढोसे. इतकंच नव्हे, तर तो वेश्यांची दलाली करे, असंही म्हटलं जातं. अमली पदार्थांचा साठा बाळगल्याबद्दल आणि लैंगिक अत्याचार केल्याप्रकरणात सापडल्याबद्दल त्याला प्रथम तुरुंगवास झाला. यामुळे अल-झरकावीच्या काळजीत पडलेल्या आईनं त्याचं नाव अम्मानमध्ये धार्मिक प्रशिक्षण देणाऱ्या अल-हुसेन बेन अली या मशिदीत नोंदवलं. हा निर्णय अत्यंत प्रभावी ठरला. अल-झरकावी पार बदलला. अर्थात, हा बदल अल-झरकावीला अपेक्षित असलेल्या प्रकारचा नव्हता.

या मशिदीत धार्मिक प्रशिक्षण घेताना अल-झरकावीला 'सलाफी' संकल्पनांची ओळख झाली. धार्मिक पावित्र्य जपणं आणि महंमद पैगंबरांच्या प्रथांनुसार वागणं याला सलाफी तत्त्वज्ञानात खूप महत्त्व दिलं जातं. पाश्चिमात्य लोकशाही आणि आधुनिकता या गोष्टी इस्लामच्या अत्यंत विरुद्ध आहेत, असं

हे तत्त्वज्ञान मानतं. याच कारणांमुळे पहिल्या महायुद्धानंतर अरब संस्कृतीचा ऱ्हास झाला, असं यात शिकवलं जातं. याची ठळक उदाहरणं म्हणून इजिप्त, जॉर्डन, सीरिया आणि इराक यांच्याकडे बघावं, असं हे तत्त्वज्ञान आता म्हणतं. या देशांनी स्वत:हून किंवा कधी कधी नाइलाजानं पाश्चिमात्य संस्कृतीचा स्वीकार केल्यामुळे त्यांच्यात दोष निर्माण झाले, असा उल्लेख यात सापडतो. या तत्त्वज्ञानामधली अतिकट्टर विचारसरणी तर उघडपणे 'जिहाद'चा पुरस्कार करते. या शब्दाचा अर्थ अनेक प्रकारे लावला जातो. एका टोकाला काही जण 'जिहाद' म्हणजे संघर्ष असं म्हणतात, तर दुसऱ्या टोकाला जाऊन या शब्दाचा अर्थ 'धर्मयुद्ध' असाही लावला जातो. खरं म्हणजे, १९७९ साली सोविएत युनियननं अफगाणिस्तानमध्ये आपलं लष्कर घुसवलं, तेव्हाच जिहादचा अर्थ 'धर्मयुद्ध' असा प्रथमच लावला गेला, असं मानलं जातं.

आपल्याला या पार्श्वभूमीवर पेशावरच्या बाह्य भागात असलेल्या हैताबादकडे वळणं भाग आहे. अफगाणिस्तानमध्ये अनेक आक्रमणं झाली. या आक्रमणांसाठी अफगाणिस्तानमध्ये शिरण्याचा किंवा ती पूर्ण झाल्यावर तिथून गाशा गुंडाळण्यासाठीचा मार्ग या हैताबादमधूनच जातो. यामुळेच १९८० च्या दशकात अफगाणिस्तानमध्ये सोविएत लष्कराच्या कारवाया सुरू असताना या भागात प्रचंड घडामोडी सुरू होत्या. लष्करी जवानांपासून गुन्हेगारांपर्यंत सगळ्या प्रकारच्या लोकांची इथं ये-जा सुरू असे. या काळात इथंच अब्जाधीश सौदी कुटुंबात जन्मलेल्या ओसामा बिन लादेनचंही वास्तव्य होतं. स्वत:ची अल-कायदा नावाची दहशतवादी संघटना निर्माण करण्यासाठी बिन लादेन प्रयत्नशील होता. इस्लामी धर्मकांडामध्ये प्रवीण असलेला अब्दुल्ला आझम नावाचा पॅलेस्टिनी माणूस बिन लादेनचा गुरू होता. अफगाणिस्तानमध्ये सोविएत फौजांच्या विरोधात लढणाऱ्या 'मुजाहिदीन' टोळ्यांना प्रेरणा देणारा एक धर्मग्रंथही आझमनं १९८४ साली लिहिला होता. आपल्या पवित्र भूमीत घुसखोरी केलेल्यांना हाकलून देण्याची किंवा नष्ट करण्याची प्रत्येक मुसलमान माणसाची वैयक्तिक तसंच धार्मिक पातळीवर जबाबदारी असते, असं त्यानं यात लिहिलं होतं. पॅलेस्टाईनमध्ये इस्रायलनं केलेल्या अन्यायी घुसखोरीची तसंच पॅलेस्टिनी भूमी स्वत: व्यापून तिथल्या स्थानिक पॅलेस्टिनी लोकांना बेदखल केल्याची सल आझमच्या मनात कायम राहिली. याचा बदला किमान अफगाणिस्तानमध्ये तरी घ्यावा, या हेतूनं त्यानं अफगाणी मुजाहिदीन फौजांना सोविएत युनियनवर तुटून पडण्यासाठी प्रेरित केलं. इतकंच नव्हे, तर हा लढा फक्त अफगाणी जनतेचा नसून जगभरातल्या सगळ्या मुसलमान लोकांचा आहे, असं त्यानं आपल्या लिखाणातून वाचकांच्या मनावर ठसवण्याचा प्रयत्न केला. म्हणजेच अफगाणिस्तानमधलं युद्ध हे फक्त

स्थानिक अफगाणी फौजांनी लढायचं नसून ते जागतिक पातळीवर मुसलमान लोकांनी एकत्र येऊन लढण्यासाठीचं युद्ध असल्याचं त्याचं म्हणणं होतं. म्हणजेच, आजच्या आयसिसची प्राथमिक आवृत्ती असं या लढ्याचं स्वरूप असावं, असं तेव्हा आझम म्हणत होता.

शिया लोकांविषयीची घृणा अल-झरकावीमध्ये सलाफी तत्त्वज्ञानाचा प्रचार करणाऱ्या महंमद अल-मकदिसीकडून आली. या दोघांनी आपली उद्दिष्टं पूर्णत्वाला नेण्यासाठी १९९२ साली 'बयात अल-इमाम' नावाची एक कट्टर विचारसरणीची संघटना उभी केली. नंतरच्या काळात अल-झरकावी अफगाणिस्तानमधून जॉर्डन ्या आपल्या मायदेशी गेल्यानंतर जेव्हा तिथल्या अल-सवका तुरुंगात होता, तेव्हा या 'बयात अल-इमाम' संघटनेचा कट्टरपणा शिगेला जाऊन पोहोचला. इथंही इराकमधल्या कॅम्प बुक्का तुरुंगासारखीच परिस्थिती होती. कैद्यांची डोकी भडकवणं आणि त्यांना कट्टरपंथीय मार्गानं नेणं यासाठी त्यांचा नियोजनबद्धरीत्या बुद्धिभेद करण्याचा प्रकार जोरात चाले. १९९९ सालापर्यंत अल-झरकावी इथंच होता. १९९९ साली त्याची तुरुंगातून सुटका झाल्यावर तो अफगाणिस्तानमध्ये परतला. त्याची परत एकदा बिन लादेनशी भेट झाली.

खरं म्हणजे, बिन लादेन आणि अल-झरकावी यांचे शत्रू आता तसे वेगवेगळे होते. बिन लादेनला थेट अमेरिकेला धडा शिकवायचा होता, तर अल-झरकावीला अमेरिकेच्या तालावर नाचणाऱ्या आपल्या नजीकच्या मोरोक्कोपासून ते सौदी अरेबियापर्यंतच्या अरब देशांना तडाखा द्यायचा होता. असं असूनही अल-झरकावीला दहशतवादी निर्माण करण्यासाठी एक प्रशिक्षण केंद्र उभं करता यावं यासाठीची आर्थिक मदत बिन लादेननं केली. इराणमधून अफगाणिस्तानात आलेले जॉर्डन, सीरिया, लेबेनॉन आणि पॅलेस्टाईन इथले दिशाहीन युवक या प्रशिक्षण केंद्रात भरती केले जात. पूर्वी सलाफी विचारसरणीला अनुसरून अल-झरकावीनं संयुक्तरीत्या उभ्या केलेल्या 'बयात अल-इमाम' संघटनेचंच हे पुढचं आणि आणखी घातक रूप होतं. त्याचं नामकरण 'जुंद अल-शाम' म्हणजे 'लिव्हंटची सेना' असं करण्यात आलं. यातला 'लिव्हंट' म्हणजे लेबेनॉन, इस्रायल, सीरियाचा काही भाग आणि तुर्कस्थानातला काही भाग, असा अर्थ आहे. पूर्वी या भौगोलिक भागाला 'लिव्हंट' म्हटलं जात असल्यामुळे हा शब्द अल-झरकावीनं निवडला. २००२ साली इराकमध्ये प्रवेश केल्यानंतर अल-झरकावीनं आपल्या संघटनेचं हेही नाव बदलून ते आता 'अल-तवहिद-वाल-जिहाद' म्हणजे 'एकपंथीय धर्मयुद्ध' असं केलं.

प्रत्यक्षात अल-झरकावी रणांगणावर पराक्रम गाजवण्याच्या संदर्भात किंवा कुठल्याही दहशतवादी मोहिमा यशस्वीपणे घडवून आणण्यात कितपत तरबेज

होता याची कल्पना नाही. उलट, त्यानं आखलेल्या बहुतेक सगळ्या मोहिमा फसत, असं त्याचे टीकाकार म्हणतात. गंमत म्हणजे, अल-झरकावी शिया पंथाचा कट्टर विरोधक असूनसुद्धा अमेरिकेनं इराकवर कब्जा केल्यानंतर, नाइलाजानं तिथून पळ काढून अल-झरकावी जवळपास एक वर्षभर शियांचं वर्चस्व असलेल्या शेजारच्या इराणमध्ये राहिला होता. तिथं शियांच्या विरोधात उठाव करू पाहणाऱ्या स्थानिक सुन्नी पंथीयांनी त्याला आसरा दिला होता. अर्थातच अल-झरकावीला असाच उठाव नंतर इराकमध्ये घडवून आणायचा असल्यामुळे, त्याला इराणमध्ये आसरा देणाऱ्या लोकांची आणि त्याची उद्दिष्टं एकसारखीच होती.

खरं म्हणजे, अल-झरकावीनं जास्त काळ तुरुंगातच घालवला. असं असूनही २००३-०६ या काळात त्यानं इराकमध्ये शस्त्रसज्ज कट्टर संघटना उभी करण्यात मोठं यश मिळवलं. ही संघटना उभी करणं म्हणजे फक्त काही भडक माथ्याच्या लोकांना गोळा करून दहशतवादी कृत्यं आणि आत्मघाती हल्ले करण्याचं प्रशिक्षण देणं, असा प्रकार नव्हता. या संघटनेसाठी आर्थिक पाठबळ मिळवणं, तिची कृत्यं लपूनछपून व्हावीत यासाठीची व्यूहरचना आखणं आणि त्यासाठीची व्यवस्था करणं, अन्नधान्यापासून औषधांपर्यंत सगळ्या गोष्टींची यंत्रणा उभी करणं, असे असंख्य प्रकार त्यात होते. फक्त काही ओळखी, मोबाईल फोन आणि तोंडी पाठवले जाणारे निरोप यांच्या जोरावर अल-झरकावीनं हे सगळं घडवून आणलं, असं म्हणतात.

सद्दाम हुसेनच्या अस्ताबरोबरच इराकमध्ये लाखो सुन्नी लोक लष्करामधून बेदखल झाले होते. त्याचबरोबर ते वापरत असलेली शस्त्रास्त्रं आणि स्फोटकंही पडूनच होती. पराभव, अपमान, अमेरिकी लष्कराकडून घातल्या जाणाऱ्या गस्तीमुळे आपल्याच देशात आलेला उपरेपणा, शिया पंथीयांचं वाढत चाललेलं वर्चस्व, बेकारी यामुळे आलेला भणंगपणा दूर करण्यासाठी हे भूतपूर्व इराकी सैनिक काहीतरी शोधतच होते. यातूनच सुन्नी पंथीयांच्या टोळ्या उभ्या राहिल्या. पूर्वी बाथ पक्षाचं सदस्यत्व स्वीकारल्यानंतर आपण मूळ इस्लामपासून काही प्रमाणात फारकत घेत असल्याची भावना या सुन्नी पंथीयांमध्ये असे. आता मात्र आपसातले मतभेद विसरून आपण एकत्र आलं पाहिजे, असं त्यांनी ठरवलं. अमेरिकेनं इराकवर हल्ला करण्याच्या सुमाराला बिन लादेननं या एकत्रीकरणाची गरज अधोरेखित केली होतीच.

इराकमध्ये भडकलेले सुन्नी पंथीय एकत्र येत असताना, त्यांच्यावर आपलं वर्चस्व निर्माण करण्यासाठी अल-झरकावी उत्सुक होता. स्थानिक इराकी सुन्नी पंथीयांपेक्षाही प्रभावी ठरायचं असेल, तर आपण अत्यंत क्रूरपणे हिंसाचार केला पाहिजे आणि या हिंसाचारामुळे अमेरिकेसकट तिच्या मित्रराष्ट्रांच्या मनात दहशत

निर्माण केली पाहिजे, हे तो ओळखून होता. यासाठी त्यानं आधी प्रशिक्षित केलेल्या आत्मघातकी युवकांची जणू काही न संपणारी एक रांगच इराकमध्ये आयात करायला सुरुवात केली. या कामात अल-झरकावीला सीरियाकडून मदत मिळे. याचं एक उदाहरण घ्यायचं झालं, तर २००६ सालच्या ऑगस्ट महिन्यापासून पुढच्या वर्षभरात इराकबाहेरचे एकूण ५९५ दहशतवादी इराकमध्ये घुसले. यांपैकी ४१% सौदी अरेबियामधून, १८.८% लीबियामधून, तर ८.२% सीरियामधून आले होते. काही काळानंतर इराकबरोबरच सीरियावरही हे लोक तुटून पडतील असं मत जनरल डेव्हिड पेट्रियस या अमेरिकी लष्करी अधिकाऱ्यानं तेव्हाच व्यक्त केलं होतं. अशा प्रकारे शेजारच्या देशांमधून दहशतवादी इराकमध्ये आयात करण्याबरोबरच आपल्या कारनाम्यांची अक्षरशः हादरवून सोडणारी दृश्यं चित्रफितीद्वारे जगभरात प्रसारित करण्याचा सनसनाटी प्रकार अल-झरकावीनं केला. २००४ सालच्या जून महिन्यात बुरखा घातलेला एक दहशतवादी निकोलस बर्ग नावाच्या अमेरिकी माणसाची इराकमध्ये हत्या करतानाचं दृश्य निव्वळ अमानवी होतं. सुऱ्यानं एखाद्या फळाचा गर कापावा तशा सहजतेनं या बुरखाधारी दहशतवाद्यानं बर्गचं मस्तक शिरापासून वेगळं केलं आणि ते त्याच्या मस्तकहीन शरीरावर ठेवलं. हा बुरखाधारी दहशतवादी म्हणजे दुसरा-तिसरा कुणी नसून अल-झरकावीच होता, असं काही जण म्हणतात. सुमारे दोन वर्षांपूर्वी पाकिस्तानमध्ये डॅनियल पर्ल या पत्रकाराचा अशाच प्रकारे शिरच्छेद केल्याची घृणास्पद चित्रफीत लोकांच्या स्मरणात होती. अंगावर शहारे आणणारा हा प्रकार नव्यानं घडताना बघून जग हादरून गेलं. यानंतर इंटरनेटवर आपल्या 'पराक्रमांविषयी'ची भरपूर माहिती प्रसारित करण्याचा सपाटाच अल-झरकावी आणि त्याचे सहकारी यांनी सुरू केला.

बहुतेक जण या काळात अल-झरकावीच्या संघटनेचा उल्लेख 'इराकमधली अल-कायदा' असा करत असले, तरी खरं म्हणजे अल-झरकावी आणि बिन लादेन यांच्यामधले संबंध जरा कमकुवतच होत चालले होते. यामागे दोन मुख्य कारणं होती. अल-कायदाचा लढा प्रामुख्यानं अमेरिकेशी आणि इतर पाश्चिमात्य देशांशी सुरू होता. त्यांना आपल्याच भूमीमधल्या लोकांची हत्या घडवून आणण्यात फारसा रस नव्हता. तसंच शिया पंथीयांना आपलं लक्ष्य बनवण्याचा अल-झरकावीचा सपाटाही अल-कायदा संघटनेला फारसा मान्य नव्हता. उलट, अमेरिकेच्या विरोधात सुन्नी पंथीयांनी शिया पंथीयांच्या साथीनं एकत्र व्हावं यासाठी अल कायदा प्रयत्नशील होती. अमेरिकेच्या अफगाणिस्तान आणि इराक इथल्या हल्ल्यांना सुवर्णसंधी मानून सगळ्या अमेरिकाविरोधी संघटनांनी एकत्र व्हावं आणि थेट अमेरिकेशी झुंजावं, असं अल कायदाचं म्हणणं होतं. उदाहरणार्थ, इराणकडून

अल कायदाला मदत आणि संरक्षण मिळत असल्यामुळे तिथल्या शिया बहुसंख्यांच्या विरोधात लढण्याची अल कायदाची इच्छा नव्हती. अल-झरकावी मात्र शियांवर तुटून पडत होता. तरीसुद्धा अल कायदानं अल-झरकावीशी जुळवून घ्यावं यासाठी प्रयत्न सुरू राहिले. त्याचदरम्यान आपल्या संघटनेला आणखी दोन हल्ले करण्यासाठीची परवानगी अल-झरकावीनं दिली. ४ मार्च २००४ या दिवशीच्या या हल्ल्यांमुळे वातावरण प्रचंड तापलं. हे समजून घेण्यासाठी या दिवसाचं महत्त्व लक्षात घेणं गरजेचं आहे.

इस्लामी दिनदर्शिकेनुसार 'मोहर्रम' हा दु:ख साजरा करण्यासाठीचा सण असतो. तसंच इस्लामी दिनदर्शिकेमधला तो पहिला महिना असतो. मोहर्रमच्या दहाव्या दिवसाला 'अशुरा' असं म्हणतात. शिया धर्मियांच्या दृष्टीनं या 'अशुरा'चं महत्त्व सगळ्यात जास्त आहे. जसं हिंदूंच्या दृष्टीनं दसरा किंवा दिवाळी हे दिवस अत्यंत महत्त्वाचे समजले जातात किंवा ख्रिश्चन समाज ईस्टरचा दिवस खूप मानतो किंवा ज्यू लोक योम किप्परचा सण साजरा करतात, तसं शिया पंथीय लोक अशुराला मानतात. इसवी सन ६८० मध्ये याच दिवशी शिया पंथीयांच्या दृष्टीनं इतिहास बदलून टाकणारी घटना घडली. महंमद पैगंबरांचं निधन होऊन तेव्हा अजून पाच दशकंसुद्धा उलटली नव्हती. महंमद पैगंबरांनी आपला वारसदार कोण हे सांगितलं नसल्यामुळे मतभेद निर्माण झाले. अली हे महंमद पैगंबरांचे चुलतभाऊ होते. तेच महंमद पैगंबराचा वारसा चालवतील, असं महंमद पैगंबरांच्या निधनानंतर काही जणांनी ठरवलं. याला अरबी भाषेत 'शियात अली' असं म्हटलं जातं. म्हणूनच अलींच्या अनुयायींना 'शिया' म्हणतात. प्रत्यक्षात मात्र अली हे महंमद पैगंबरांनंतर इस्लामचे नेते, म्हणजेच 'खलिफ' बनू शकले नाहीत. त्याऐवजी महंमद पैगंबर यांच्यानंतर इस्लामची धुरा त्यांचे अनुयायी अबू बक्र यांच्याकडे आली. अबू बक्र यांच्या समर्थकांना 'सुन्नी' म्हणतात. सुन्नी लोकांना रशिदी घराण्यातले अबू बक्र आणि त्यानंतर उमयाद आणि अब्बासी घराण्यांमधले नेते 'खलिफ' म्हणून मान्य होते. खलिफ हा सर्वसामान्य माणूसच असतो आणि त्याला काही दैवी शक्ती नसतात, असं सुन्नी लोक मानतात. 'सुन्नी' हा शब्द 'सुन्ना' म्हणजेच परंपरा किंवा चालीरीती या शब्दामधून आला. आपल्या समाजातल्या परंपरा मानणारे लोक म्हणूनच 'सुन्नी' म्हणून ओळखले जातात. जगात बहुसंख्य मुसलमान लोक सुन्नीच आहेत.

तिकडे अबू बक्र यांच्या निवडीमुळे अली यांचे समर्थक नाराज होते. अबू बक्र यांच्यानंतर अली आणि अलींनंतर त्यांचे पुत्र हुसेन यांच्याकडे इस्लाम धर्माची सूत्रं येतील, अशी आशा शिया लोकांना वाटत होती. दुसरीकडे इस्लाम धर्मावर आपलं नियंत्रण प्रस्थापित करण्यासाठी 'उमयाद' घराणंसुद्धा प्रयत्नशील

होतं. या घराण्याचा तत्कालीन नेता याझिद याला संपवून इस्लामवर आपलं वर्चस्व निर्माण करण्याच्या हेतूनं हुसेन इसवी सन ६८० मध्ये इराकमधल्या करबाला इथं रवाना झाले. तिथं पोहोचल्यावर त्यांना मदत मिळेल असं सांगण्यात आलं होतं. प्रत्यक्षात मात्र तिथं पोहोचल्यावर त्यांना मिळणारं पाणीसुद्धा रोखण्यात आलं आणि मोहर्रमच्या दहाव्या दिवशी हुसेन आणि त्यांचे कुटुंबीय लढाईत ठार झाले. शिया पंथीयांच्या नजरेतून म्हणूनच या दिवसाचं महत्त्व प्रचंड आहे. हुसेन याच दिवशी हुतात्मा झाले असं ते मानतात. आता २ मार्च २००४ या दिवशी, म्हणजेच इस्लाम दिनदर्शिकेनुसार अशुराच्या अशुभ दिवशी, करबाला आणि बगदाद इथं १८० शिया भाविकांना अल-झरकावीच्या लोकांनी बॉम्बस्फोट आणि गोळीबार करून ठार केलं. साहजिकच नव्यानं मुसलमान समाजातच फूट पाडण्याचा हा प्रकार अत्यंत निंद्य असल्याचं मत अल कायदानं व्यक्त केलं.

अशा रीतीनं अल कायदाबरोबरचे अल-झरकावीचे संबंध बिघडत चालले असले, तरी शेवटी दोघांनाही एकमेकांची गरज असल्याच्या जाणिवेपोटी त्यांनी समझोता करायचं ठरवलं. आपण बिन लादेनशीच एकनिष्ठ असल्याचं जाहीर करून १७ ऑक्टोबर २००४ या दिवशी अल-झरकावीनं आपल्या संघटनेचं नाव 'इराकमधली अल कायदा' असं बदललं. हे नावापुरतंच टिकलं. जेमतेम एका महिन्यानंतर अमेरिकेनं इराकी शियांबरोबरच्या संयुक्त मोहिमेत ८३७ सुन्नी दहशतवाद्यांना ठार केलं किंवा पकडलं. याचा बदला घेण्यासाठी अल-झरकावीनं शियांच्या विरोधात घनघोर युद्ध पुकारलं. यामुळे पुन्हा एकदा अल कायदा आणि अल-झरकावी यांच्यातले मतभेद वाढले. अल-झरकावीच्या कृत्यांमुळे इस्लामची बदनामी होत असल्याची टीका अल कायदानं केली. २०११ साली ओसामा बिन लादेनला अमेरिकेनं अबोटाबादमध्ये ठार केल्यानंतर अल कायदाची सूत्रं सैफ अल-अदेलकडे आली. हा अल-अदेल मात्र अल-झरकावीच्या कृत्यांकडे जास्त सहानुभूतीपूर्ण नजरेनं बघणारा होता. इराकमध्ये अल-झरकावी घडवून आणत असलेला हिंसाचार लवकरच सीरियामध्ये पोहोचेल आणि तिथून तो लेबेनॉन आणि पॅलेस्टाईन-इस्रायलपर्यंत जाऊन धडकेल, अशी आशा त्याला वाटत होती. म्हणजेच इस्रायलचं नामोनिशान मिटवणं हे जिहादी कृत्यं सुरू करण्याचं एक मुख्य कारण केव्हापासूनच असताना, त्या दिशेनं आता पुढे जाता येईल, असा त्याचा होरा होता.

दरम्यान इराकमधली परिस्थिती अजूनच गुंतागुंतीची होत चालली होती. अमेरिकेनं सुन्नी लोकांना जनजीवनातून जवळपास बेदखल केल्यामुळे असंतोष भडकलेला तर होताच; पण त्यातून अनेक सुन्नी टोळ्या निर्माण झाल्या होत्या. या टोळ्यांपेक्षा अल-झरकावीचा दृष्टिकोन वेगळा होता. या टोळ्यांची सीमारेषा

इराकपुरती मर्यादित होती. तसंच त्यांना इराकी जनजीवनात परतण्याची आस होती. इराकमध्ये परिस्थिती पूर्ववत व्हावी आणि तिथं शियांचं वर्चस्व प्रमाणाबाहेर नसावं यासाठी ते आक्रमक होऊन लढत होते. अल-झरकावीला मात्र आपले पंख इराकपुरते मर्यादित ठेवायचे नव्हते. त्याला जगभरातल्या सगळ्या सुन्नी मुसलमानांना एकत्र आणायचं होतं. तसंच यासाठी शियांचा संहार करण्यासाठी तो अजिबात कचरत नव्हता. इराकमध्ये शियांचं वर्चस्व निर्माण होऊ नये यासाठी त्याची धडपड सुरू होती. म्हणजेच, स्थानिक सुन्नी लोकांप्रमाणे इराकमध्ये लोकशाही नांदणं आणि त्यात सुन्नी लोकांना स्थान मिळणं, हे त्याचे मुख्य हेतू अजिबातच नव्हते. दरम्यान स्थानिक टोळ्यांनी इराकमध्ये शांतता नांदण्यासाठीच्या प्रयत्नांना प्रतिसाद द्यायला सुरुवात केली. अल-झरकावीनं याला जोरदार विरोध केला. यामुळे स्थानिक टोळ्या आणि अल-झरकावीचे दहशतवादी यांच्यामध्ये घनघोर संघर्ष सुरू झाला. इतके दिवस अमेरिकी लष्कराला जोरदार विरोध करणारे स्थानिक लोकसुद्धा काही प्रमाणात अल-झरकावीच्या विरोधात उभे ठाकले.

दरम्यान त्याआधीच २२ फेब्रुवारी २००६ या दिवशी अल-झरकावीला अगदी हवा असलेला प्रकार घडला. सामरा इथल्या अल-अस्कारी मशिदेवरच्या हल्ल्यात शेकडो लोक ठार झाले आणि मशीद उद्ध्वस्त झाली. याचं श्रेय अल-झरकावीच्या गटानं घेतलं नसलं, तरी हा प्रकार शिया मुसलमानांना सहन होण्यापलीकडचा होता. हजारो शियापंथीय रस्त्यांवर उतरले. सुन्नी पंथीय आणि त्यांच्या मदतीसाठी शेजारच्या देशांमधून आलेले दहशतवादी यांचा बदला घेण्याचा निर्धार त्यांनी व्यक्त केला. पुढच्या पाच दिवसांमध्ये सुमारे ३७९ लोक हिंसाचारामध्ये दगावले, असं इराकमधली अधिकृत आकडेवारी सांगते. प्रत्यक्षात मात्र हा आकडा हजारोंच्या घरात जात असल्याचं इतर सूत्रांचं मत आहे. आता वस्त्यांमध्येही शिया-सुन्नी युद्ध पेटलं. पूर्वी बहुतेक भागांमध्ये शिया आणि सुन्नी अशा दोन्ही पंथीयांचं वास्तव्य होतं. आता मात्र शियांनी सुन्नींचं आणि सुन्नींनी शियांचं शिरकाण करण्याचं जोरदार सूत्र आरंभलं. २००७ सालच्या मध्यावर हा प्रकार जवळपास पूर्णत्वाला गेला. फक्त बगदादच्या मध्यवर्ती भागांमध्येच अजूनही मिश्र वस्त्या बघायला मिळत होत्या. सुमारे १७ लाख इराकी सुन्नी देशामध्येच इतरत्र आसऱ्यासाठी गेले, तर जवळपास २० लाख इराकी सुन्नी पळून सीरियामध्ये पोहोचले.

७ जून २००६ या दिवशी बॉम्बहल्ल्यात अल-झरकावीचा अंत झाल्यामुळे परिस्थितीत नवं नाट्य भरलं. बॉम्बहल्ला झाल्यानंतर सुमारे एक तास अल-झरकावी जिवंत होता. आपल्या एका वैचारिक गुरूची भेट घ्यायला आलेला

असताना अल-झरकावीचा अंत झाला. या गुरूच्या हालचाली काही दिवसांपासून अमेरिकी गुप्तचर संघटना टिपत होत्या. अल-झरकावीचा अंत झाल्यावर बिन लादेननंही अप्रत्यक्षपणे आनंदच व्यक्त केला. अल-झरकावीला आपल्या समान शत्रूशी लढण्याचे आदेश देण्यात आले असले, तरी त्यानं इतर मुसलमान लोकांशी लढण्यातच समाधान मानलं, याविषयीची खंत बिन लादेननं आपल्या चित्रफितीद्वारे प्रसारित केलेल्या संदेशात व्यक्त केली. आता अबू बक्र अल-बगदादीकडे अल-झरकावीच्या गटाची सूत्रं आली. खरं म्हणजे अल-झरकावीनंतर अबू अय्युब अल-मस्त्री या त्याच्या विश्वासातल्या माणसाकडे नेतृत्व आलं होतं. तोपर्यंत बॉम्ब तयार करणं आणि दहशतवादी प्रशिक्षण देणं या कामांची जबाबदारी अल-मस्त्रीवर असे. या अल-मस्त्रीनं आपल्या संघटनेत खूप सुसूत्रता आणण्याचा प्रयत्न केला. सगळे तपशील लिहून ठेवणं, सदस्यांच्या नोंदी करणं, बैठका घेणं आणि त्यांचे अहवाल लिहिणं असे प्रकार एखाद्या कार्यालयात घडावेत तसे घडायला लागले. यामुळे या गटातले आक्रमक लोक वैतागून गेले. हा अल-मस्त्री मूळचा इजिप्तचा असल्यामुळे, इराकमध्ये जन्मलेल्या संघटनेचं नेतृत्व त्यानं करता कामा नये, असं अनेक जणांचं मत पडलं. यामुळे अबू उमर अल-बगदादी हे आणखी एक टोपणनाव धारण केलेल्या माणसाकडे संघटनेची सूत्रं आली.

अल-झरकावीच्या मृत्यूनंतर काही दिवसांनी शिया लोकांच्या विरोधातला लढा तीव्र करण्याची साद घालणारी अल-बगदादीची एक चित्रफीत प्रसारित करण्यात आली. त्यापाठोपाठ चार रशियन नागरिकांचा शिरच्छेद करणारी एक चित्रफितही सगळीकडे पसरली. ऑक्टोबर महिन्याच्या मध्यावर अल-बगदादीच्या प्रवक्त्यानं 'इस्लामिक स्टेट ऑफ इराक (आयएसआय)' नावाच्या प्रतिसरकाराची घोषणा केली. इराकमधल्या सुन्नी वर्चस्वाच्या भागांवर या संघटनेचं वर्चस्व असेल आणि अल-बगदादी तिथला 'खलिफ' म्हणजेच महंमद पैगंबरांचा वारसा चालवणारा नेता असेल, असं जाहीर करण्यात आलं.

१९७१ साली अल-बगदादीचा जन्म झाला. त्याचं मूळ नाव इब्राहिम आवाद इब्राहिम अल-बद्री असं होतं. इराकमधल्या बगदादच्या उत्तरेकडच्या सामरा नावाच्या प्राचीन काळापासून चर्चेत असलेल्या शहरात अल-बगदादीचा जन्म झाला. लहानपणी तो शांत आणि एकलकोंडा असे. चुकून तो कधी बोललाच, तरी तो काय म्हणतो आहे हे ऐकू येणंसुद्धा अवघड असे. बगदादीचे वडील स्थानिक मशिदीमध्ये कुराणासंबंधीचे धडे देत. साहजिकच ते अत्यंत धार्मिक विचारसरणीचे होते. महमंद पैगंबरांच्या वंशवेलीतून हे घराणं तयार झालं असल्याचा अभिमान त्यांना होता. बगदादी इतरांमध्ये मिसळणं किंवा वादविवाद करणं अशा गोष्टी कधीच करत नसे. तो अंतर्मुख म्हणूनच ओळखला जाई.

शाळा आणि मशिदीतलं धार्मिक प्रशिक्षण यात त्याचा बराचसा वेळ जाई. कुराणाचं वाचन तो अनेकदा करे आणि त्यामधले धडे इतर मुलांना द्यायला त्याला आवडे. सुन्नी पंथामधल्या 'सलाफी' या कट्टर विचारसरणीची पार्श्वभूमी त्याच्या कुटुंबाला लाभली होती. विचित्र गोष्ट म्हणजे, त्या काळात धर्माला फारसं महत्त्व देत नाही अशी ओळख असलेल्या बाथ पक्षाशीही या कुटुंबाचे घनिष्ठ संबंध होते. बगदादीचे दोन काका सद्दाम हुसेनच्या गुप्तचर विभागात काम करत. तसंच त्याचा लष्करात असलेला एक भाऊ इराण-इराक युद्धात मारला गेला. बगदादीची नजर थोडी अधू असल्यामुळे त्याच्यावर लष्करभरतीची सक्ती करण्यात आली नाही. याऐवजी बगदादीनं 'सद्दाम हुसेन विद्यापीठातून' धार्मिक अभ्यासक्रम पूर्ण केला. याच विषयात त्यानं पदव्युत्तर अभ्यासक्रम पूर्ण करून नंतर डॉक्टरेटही मिळवली! इथं असतानाच एका काकाच्या सांगण्यावरून बगदादीनं 'मुस्लिम ब्रदरहूड' या संघटनेचं सदस्यत्व स्वीकारलं. निव्वळ शाब्दिक बुडबुडे सोडणाऱ्या लोकांपेक्षा आपल्याला कृती करणाऱ्या लोकांची साथ देणं महत्त्वाचं वाटतं, असं म्हणून त्यानं या संघटनेच्या आक्रमक कारवायांमध्ये भाग घ्यायला सुरुवात केली. त्याचा मोठा भाऊ जुमा हासुद्धा त्यात सहभागी झाला. अफगाणिस्तानी युद्धात लढलेला महंमद हर्दन नावाचा कट्टर दहशतवादी आता बगदादीचा गुरू बनला. यामुळे बगदादीचा दृष्टिकोनसुद्धा एकदम कट्टर झाला.

मधल्या काळात बगदादी लग्नाच्या बेडीतही अडकला. आधी त्यानं अस्मा या आपल्या मामेबहिणीशी लग्न केलं. त्यानंतर २००३ साली इस्राशी त्याचं लग्न झालं. त्यांना एकूण सहा मुलं झाली. बगदादमध्ये राहत असलेला बगदादी या काळात आपल्या कुटुंबीयांबरोबर बराच वेळ घालवत असे. शेजाऱ्या-पाजाऱ्यांबरोबर तो फार मिळून-मिसळून वागत नसे. त्याला जवळच्या मशिदीत धार्मिक प्रशिक्षण देण्यासाठीची नोकरी मिळाली. याखेरीज आजूबाजूच्या मुलांना कुराणचे आणि इस्लामचे धडेही तो देई. २००३ साली सद्दाम हुसेनचा पाडाव झाल्यानंतर इतर काही लोकांसह बगदादीनं अमेरिकेशी लढा देण्यासाठी 'जैश अह्ल अल सुन्ना वा-ए-जम्मा' म्हणजेच 'सुन्नी लोकांची एकी साधणारं सैन्य' या संघटनेची निर्मिती केली. अमेरिकेचं त्याच्याकडे लक्ष होतंच. २००४ साली एका मित्राला भेटायला गेलेल्या बगदादीला अटक करून कॅम्प बुक्का तुरुंगात टाकण्यात आलं. तिथं आपली कट्टर आणि दहशतवादी पार्श्वभूमी लपवून ठेवण्यात त्याला चांगलंच यश आलं. यामुळे त्याच्याकडे कुणी संशयाच्या नजरेनं बघत नसे. याचा फायदा उठवून बगदादीनं दहशतवादामध्ये आपली पाळंमुळं रुजवली. समविचारी लोकांना फितवून आपल्या संघटनेत ओढण्यासाठी नंतर त्याला या काळाचा खूप फायदा झाला. २०११ साली ओसामा बिन लादेनला अमेरिकी

वायुदलानं ठार मारल्यावर, लादेनचं कौतुक करणारा आणि त्याच्या मृत्यूचा बदला घेण्याचं वचन देणारा एक संदेश बगदादीनं प्रसारित केला.

बगदादी नंतरच्या काळात, इंटरनेटवरून होत असलेल्या संदेशांच्या देवाणघेवाणीदरम्यान, साजा अल-दुलैमी नावाच्या स्त्रीच्या प्रेमात पडला आणि त्या दोघांनी लग्न केलं, असं म्हणतात. तिला २०१३ किंवा २०१४ साली अटक करण्यात आली आणि नंतर कैद्यांच्या देवाणघेवाण कार्यक्रमात मुक्त करण्यात आलं, असंही मानलं जातं. तिचे वडील, म्हणजेच बगदादीचे सासरे, आयसिसच्या वतीनं लढताना सीरियामध्ये मरण पावले, असं म्हणतात.

दरम्यान ६ जून २०१४ या दिवशी आयसिसच्या हल्लेखोरांनी इराकमधलं दुसरं सगळ्यात मोठं शहर म्हणून ओळखल्या जाणाऱ्या मोसूलवर चढाई केली. चारच दिवसांमध्ये आयसिसनं मोसूल शहरावर कब्जा मिळवला. फक्त १,३०० लोकांनी मोसूलवर आक्रमण केलं आणि कागदोपत्री ६० हजार इराकी सैनिक आणि पोलीस यांचा बचाव भेदून काढला. कागदोपत्री म्हणायचं कारण म्हणजे, यांपैकी एक-तृतीयांश सैनिक आणि पोलीसच कामावर हजर होते. उरलेले सगळे आपल्या वरिष्ठांना आपला निम्मा पगार देण्याच्या मोबदल्यात 'कायमची सुट्टी' घेऊन आपल्या घरी मजेत बसून होते! मोसूल हे शहर तसं पूर्वीपासूनच धोक्याच्या सावटाखाली होतं. वीस लाख लोकवस्ती असलेल्या या शहरात आधीपासूनच आयसिसचं वर्चस्व होतं. उद्योजकांकडून खंडणी वसूल करण्याचं काम आयसिस आधीपासूनच करत असे. अमेरिकी लष्करानं इराकमध्ये दहशतवादाचा कसा बीमोड केला याच्या कहाण्या सांगितल्या जात असल्या, तरी आयसिसचा मोसूलवरचा पगडा मात्र टिकून राहिला. मोसूलवर आयसिसनं निर्माण केलेली पकड ही अत्यंत महत्त्वाची घटना असल्यामुळे, तिच्याविषयी जरा विस्तारानं बोलणं गरजेचं आहे.

सुरुवातीला आयसिसनं इराकच्या उत्तरेकडच्या भागांमध्ये स्वतंत्रपणे निरनिराळे हल्ले केले होते. यामागचं मुख्य कारण, बहुधा इराकी लष्कराला कोंड्यात टाकायचं आणि आपल्या खऱ्या डावपेचांसंबंधीची माहिती इराकी लष्करापासून दूर ठेवायची, हे असावं. सुरुवातीला ५ जून २०१४ या दिवशी सामरा इथं अत्याधुनिक शस्त्रास्त्रं घेतलेले आयसिसचे दहशतवादी घुसले. सामरा या शहरात सुन्नी पंथीयांचं वर्चस्व असलं, तरी शिया पंथीयांच्या दृष्टीनं धार्मिक महत्त्व असलेलं हे शहर आहे. तिथं अल-अस्करी हे शिया पंथीयांच्या दृष्टीनं अत्यंत पवित्र असलेलं धर्मस्थळ आहे. इराकमध्ये आता शिया पंथीयांचं सरकार असल्यामुळे आयसिसच्या या हल्ल्यावर सरकारकडून जोरदार प्रतिहल्ला होणार हे उघडच होतं. तसं घडलं आणि लष्करी हेलिकॉप्टर्स धाडून सरकारनं आयसिसच्या

दहशतवाद्यांचा पराभव केला. असेच हल्ले आयसिसनं अन्बार प्रांतातल्या रमादी इथल्या विद्यापीठात आणि बकुबा इथं केले. दर वेळी आयसिसनं हल्ला करायचा आणि काही वेळानंतर तो मागे घ्यायचा, असं धोरण स्वीकारलं.

मोसूलवरचा हल्ला मात्र एकदम जोरकस होता. सुरुवातीला तसं वाटलं नाही. पाच आत्मघाती बॉम्बहल्ल्यांनंतर दारुगोळ्याचा वापर करून या हल्ल्याला सुरुवात झाली. आयसिसच्या या हल्ल्यात इतरही दहशतवादी संघटना सामील झाल्याचं दिसून आलं. त्यांनी इराकी सरकारनं उभे केलेले चेकनाके धडाधड उद्ध्वस्त करायला सुरुवात केली. पुढच्या दिवशी इराक सरकारच्या पोलीस मुख्यालयासकट इतर महत्त्वाच्या सरकारी इमारतींवर आयसिसनं आपलं वर्चस्व प्रस्थापित केलं. बगदादमध्ये मात्र मोसूलमधल्या परिस्थितीचं पुरेसं गांभीर्य जाणवत नसल्याचं दिसून आलं. मोसूलमध्ये आणखी लष्करी कुमक पाठवण्यासाठी किमान एक आठवड्याचा वेळ लागेल, असं इराक सरकारनं चिंतित झालेल्या अमेरिकी अधिकाऱ्यांना सांगून टाकलं. आयसिसनं मोसूलवरची आपली पकड वेगानं घट्ट केली. ९ जुलै २०१३ या दिवशी इराकी लष्करामधले तीन महत्त्वाचे अधिकारी एका हेलिकॉप्टरमध्ये बसून कुर्दिस्तानमध्ये पळून गेले; आणि मोसूल आता आयसिसच्या ताब्यात येणार हे स्पष्ट झालं.

कहर म्हणजे, आयसिसनं मोसूल शहरावर कब्जा करण्यासाठी जून महिन्यात प्रवेश केल्यानंतर स्थानिक जनतेनं इराकी लष्कराला साथ द्यायला नकार दिला. उलट, हे शिया सैनिक आपल्यावर लादले गेले असल्याचा आणि तेच आपल्यावर अत्याचार करणार असल्याचा त्यांचा राग बाहेर निघाला. त्यांनी इराकी सैनिकांवर दगडफेक सुरू केली. आपली खैर नाही हे ओळखून कित्येक इराकी लष्करी अधिकाऱ्यांनी आपल्या सैनिकांना शस्त्रं टाकून तसंच लष्करी गणवेश त्यागून साधा पोषाख घालून मोसूलमधून पळ काढायला सांगितलं! जनतेनंही या सैनिकांना निघून जाणं किंवा आपल्या दगडफेकीमध्ये मरणाचा सामना करणं, हेच दोन पर्याय दिले. अर्थातच शिया सैनिकांना निघून जायला सांगणाऱ्या मोसूलमधल्या जनतेला आयसिस तिथं हवी होती असं अजिबातच नाही. आयसिसचा धोका स्थानिक जनता ओळखून होती; पण दुसरा पर्यायच तिच्यासमोर नव्हता. मोसूलप्रमाणेच इतर भागांमध्येही इराकी लष्करी अधिकारी आणि सैनिक पळ काढून निघून गेले.

मोसूलमधल्या मानहानीमुळे इराकी सरकार पार खचलं. पंतप्रधान मलिकीनं, आपल्या विरोधात कटकारस्थानं रचणाऱ्या लोकांमुळे मोसूलमध्ये आयसिस घुसू शकल्याची प्रतिक्रिया दिली. प्रत्यक्षात हा कट कुणी रचला याविषयी मात्र सगळ्यांनीच चुप्पी साधली. खरं म्हणजे, सगळ्या वरिष्ठ लष्करी अधिकाऱ्यांची

नेमणूक स्वत: मलिकीनं केली होती. साहजिकच आता त्यांच्यापैकी कुणामुळे आपला पराभव झाला असं म्हणणं म्हणजे स्वत:वरची जबाबदारी दुसऱ्यावर ढकलून देण्याची पळवाट शोधण्यासारखं होतं.

८ ऑगस्ट २०१४ या दिवशी अमेरिकी लढाऊ विमानांनी इराकमधल्या आयसिसच्या तळांवर बॉम्बहल्ले सुरू केले. लगेचच आयसिसनं आपल्या खुल्या कारवाया थांबवून गनिमी काव्यानं लढायला सुरुवात केली. २७ सप्टेंबरला इंग्लंडनंही अमेरिकेच्या साथीत आपली लष्करी विमानं आयसिसवरच्या हल्ल्यासाठी वापरायला सुरुवात केली; पण आयसिसला नक्की कसं नमवायचं याविषयी त्यांच्याकडे निश्चित किंवा दूरगामी धोरण असल्याचं कुठंही आढळत नव्हतं. दरम्यान इराकमध्ये नूरी अल-मलिकीला हटवून हैदर अल-अबादीला पंतप्रधानपदी नेमण्यात आलं. आता सुन्नी आणि कूर्द पंथीयांना मलिकीच्या पंतप्रधानपदाच्या काळाच्या मानानं जास्त प्रतिनिधित्व मिळेल, असा विश्वास अमेरिकेनं व्यक्त केला. आता सुन्नी पंथीयांच्या नागरी वस्त्यांवर बॉम्बहल्ले होणार नाहीत असं वचन अबादीनं दिलं. प्रत्यक्षात मात्र यानंतर एका आठवड्याच्या आतच फलुज्जा शहरावर तुफान बॉम्बवर्षाव करून अबादीनं आपले इरादे स्पष्ट केले. इराकी लष्कराची दरम्यान अजूनच वाताहत झाली. अनेक महत्त्वाची पदं रिकामीच राहिली. यामुळे इराकमध्ये आयसिसचं वर्चस्व वाढत राहिलं. जोडीला सीरियामध्येही आयसिसचा कहर वाढत गेला. आता इंग्लंडच्या भौगोलिक सीमारेषांहून जास्त आकार असलेली भूमी आयसिसच्या ताब्यात होती. या भागात सुमारे ६० लाख नागरिक राहत होते. सीरियामध्ये ठिकठिकाणी स्थानिक हल्लेखोरांना नमवून त्यांची जागा आयसिसनं घेतली होती. सीरियामधल्या तेल आणि वायू यांच्या निर्मितीसाठीच्या अनेक महत्त्वाच्या क्षेत्रांवर आता आयसिसचं नियंत्रण होतं.

मध्यपूर्व आशियामध्ये 'साईक्स-पिकॉट' करारानंतर भौगोलिक सीमारेषा इतक्या प्रचंड मोठ्या प्रमाणावर वेगानं बदलणारी संघटना म्हणून आयसिस उदयाला आली होती. असं असूनही बहुतेक जण अजूनही आयसिसकडे तितक्या गांभीर्यानं बघतच नव्हते. कदाचित अशा अनेक संघटना जन्मतात, लोकप्रिय होतात आणि संपतात तसंच आयसिसच्याही बाबतीत घडेल, असं पाश्चिमात्य विश्लेषकांना वाटत असावं. तसंच, इराकमध्ये मलिकीला सत्तेवरून हटवलं, की आयसिसचा प्रभाव आपोआपच कमी होईल, याचीही अनेकांना खात्री वाटत होती. यामागचं कारण म्हणजे, मलिकी हा शिया पंथीयांच्या वतीनं अत्यंत कट्टर धोरणं राबवत होता. सुन्नी पंथीयांची यामुळे कोंडी झाली असावी आणि ते आयसिसला भरीला पाडत असावेत, अशी अनेक जणांची समजूत होती. काही प्रमाणात हे खरंही

असावं; पण निव्वळ मलिकीला बदलून त्याच्या जागी सुन्नी पंथीयांना जरा मानाचं स्थान मिळवून देणाऱ्या पंतप्रधानाच्या नेमणुकीमुळे आयसिसचा पाडाव होईल, असं मानणं मात्र अक्षरश: दिवास्वप्नच होतं.

सीरियामधल्या आयसिसच्या वाढत्या प्रभावामुळे एक वेगळाच प्रश्न निर्माण झाला. असादचं सरकार पडावं आणि तिथं आपल्या मर्जीतला नेता सत्तेवर यावा यासाठी सौदी अरेबिया, कतार, संयुक्त अरब अमिराती आणि तुर्कस्थान ही चौकडी आपल्या पाश्चिमात्य सहकाऱ्यांच्या मदतीनं जोरदार प्रयत्न करत होती. दरम्यानच्या काळात आयसिसनं सीरियामध्ये आपले पाय घट्ट रोवले आणि तिथं सीरियायी लष्कराखालोखाल दुसरं सगळ्यात ताकदवान फौजांचं स्थान पटकावलं. यामुळे सीरियामध्ये असादचा पाडाव झाला, तरी तिथं आयसिसची अनधिकृत सत्ता स्थापन होण्याची दाट शक्यता निर्माण झाली. हा आगीतून फुफाट्यात पडण्याचाच प्रकार होता! यावर उपाय म्हणून अमेरिका आणि तिच्या मित्रराष्ट्रांनी वेगळंच दिवास्वप्न बघितलं. इराकमध्ये सद्दाम हुसेनचा पाडाव केला, की त्या ठिकाणी मध्यममार्ग स्वीकारणारं शिया सरकार आणायचं; म्हणजे मग इराक पुन्हा योग्य मार्गावरून वाटचाल करेल, अशी अमेरिकेला वाटत असलेली आशा एकदम फोल ठरली होती. तरीसुद्धा आता तसाच काहीसा प्रयत्न सीरियामध्ये करायचा अमेरिकेचा हेतू होता. सीरियामध्ये असादला पदच्युत करायचं आणि सीरिया आयसिसच्या हाती पडू नये यासाठी तिथं मध्यममार्ग स्वीकारणारं सौम्य विचारसरणीचं सरकार बसवायचं, असा अमेरिकेचा बेत होता. यासाठी असादच्या विरोधकांना; पण आयसिस वगळून इतरांना, मदत करण्याचं धोरण अमेरिकेनं स्वीकारलं. खरं म्हणजे, असाद आणि आयसिस या दोघांपैकी कुणालाच पाठिंबा न देणाऱ्या लोकांचा गट सीरियामध्ये नावापुरताच होता. त्याची ताकद अगदीच बेताची होती.

असादची सत्ता घालवण्यासाठी सौदी अरेबियानं बऱ्याच काळापासून दहशतवादी संघटनांना आर्थिक मदत पुरवली आहे. तुर्कस्थाननं सीरियाबरोबरची आपली सीमारेषा उघडी ठेवली आहे. साहजिकच आयसिस आणि आयसिसच्या साथीनं लढणाऱ्या इतर संघटना यांना तुर्कस्थानमध्ये सुरक्षितपणे आपले तळ उभे करणं आणि तिथून इराकमध्ये तसंच सीरियामध्ये प्रशिक्षित टोळ्या पाठवणं शक्य झालं. याखेरीज, इराक आणि सीरिया इथल्या परिस्थितीविषयीच्या अद्ययावत खबरबाती तुर्की गुप्तचर संघटना आयसिसला पुरवतात, असे आरोपही झाले आहेत. अमेरिका आणि इतर पाश्चिमात्य देश यांच्या नजरेतून इराक आणि सीरिया इथं सुरू असलेले प्रकार म्हणजे अक्षरश: झोप उडवणारा घटनाक्रम आहे. २००३ साली इराकमध्ये घुसखोरी करण्याची दुर्बुद्धी झाल्याचे परिणाम

आपल्याला भोगावे लागत असल्याची स्पष्ट जाणीव अमेरिकेला केव्हाच झाली. इराकमधून सद्दाम हुसेनला आणि सीरियामधून असादला पदच्युत केलं की आपलं काम झालं, असं अमेरिकेला वाटत होतं; पण प्रत्यक्षात या दोघांची जागा आयसिससारखी महाभयानक संघटना घेण्याची शक्यता थरकाप उडवणारी आहे!

डिजिटल तंत्रज्ञानाचा वापर आयसिस पदोपदी करतं. मुळात आपल्या संघटनेत सहभागी होण्यासाठीची आवाहनं आणि आमिषं फेसबुक, ट्विटर, व्हॉट्स ॲप, किक अशा माध्यमांद्वारे दाखवली जातात. किक नावाच्या संदेशवहनासाठीच्या यंत्रणेवर कुणाचंच नियंत्रण नाही. जवळपास १.४० कोटी यूजर्स असलेल्या या जाळ्याचा वापर प्रामुख्यानं अमली पदार्थांची तस्करी आणि पॉर्नोग्राफी यांच्यासाठी केला जातो. अशा 'वातावरणात' लपून आपले उद्योग करणं दहशतवाद्यांच्या दृष्टीनं अगदी सोपं आहे. याखेरीज इंटरनेटद्वारे 'लाईव्ह' दृक्श्राव्य संवादासाठी वापरलं जाणारं 'स्काईप'सुद्धा आयसिस मोठ्या प्रमाणावर वापरते. नव्यानं आयसिसमध्ये तरुणांना भरती करणं, दहशतवादी कृत्यांसंबधीच्या ताज्या खबरी दृश्यांसह एकमेकांपर्यंत पोहोचवणं यासाठी हे माध्यम अत्यंत उपयुक्त आहे. यावर लक्ष ठेवणं कठीण असतं. कारण अत्याधुनिक तंत्रज्ञान वापरून ते झाकून ठेवता येतं. याला 'डार्क इंटरनेट' असं म्हणतात. म्हणजेच इंटरनेटचा हा भाग जणू झाकलेलाच असतो. तो मुळात अस्तित्त्वात आहे हेच कुणाला कळू शकत नाही. याखेरीज या सगळ्या तंत्रज्ञानामध्ये प्रवीण असलेल्या लोकांची भरती करून आयसिसच्या वतीनं 'टेक्निकल मुजाहिदिन मॅगझिन' नावाचं द्वैमासिक आयसिसतर्फे ऑनलाईन प्रसारित केलं जातं. यात दहशतवादाचं उघडपणे प्रशिक्षण दिलं जातं. फेसबुकच्या धर्तीवर दहशतवाद्यांनी स्वतःचं 'मुस्लिमबुक' तयार केलं आहे. सगळी अद्ययावत माहिती पोहोचवण्यासाठी आयसिसचं एक मोबाईल फोन 'ॲप'सुद्धा आहे! याखेरीज इंटरनेटवर खेळण्यासाठीचा एक गेमही आहे. त्यात खेळाडूला इराकी भूमीवर अमेरिकी सैनिकांना मारता येतं. त्यावेळी 'अल्ला-हू-अकबर'चे आवाज ऐकू येतात.

आयसिसकडून सातत्यानं अद्ययावत माहिती इंटरनेटवर भरली जाते आणि ती इतरांना पाठवली जाते. ही माहिती प्रामुख्यानं अरबी भाषेतली असली, तरी महत्त्वाची माहिती इंग्रजीमध्येही असते. याखेरीज रशियन, उर्दू आणि चिनी भाषांमध्येही यातला काही मजकूर उपलब्ध करून दिला जातो. आयसिसला आपली पकड जागतिक पातळीवर घट्ट करायची असल्यामुळे हे ओघानं आलंच. यामधला एक महत्त्वाचा भाग म्हणजे, आयसिस ही पाषाणहृदयी, कोरडी संघटना आहे, अशी तिची प्रतिमा होऊ नये यासाठी तिचे कार्यकर्ते खूप प्रयत्न करतात. उलट, आयसिसमध्ये सहभागी होणं खूपच चांगलं असतं, मानसिकदृष्ट्या ते

परिपूर्णतेकडे नेणारं असतं, तिथले सगळे आपले भाईबंदच असतात, अशा प्रकारची वातावरणनिर्मिती केली जाते. दहशतवादासाठी आयसिसमध्ये भरती झालेले तरुण गुबगुबीत मांजरांशी खेळतानाचे किंवा तिथल्या तरुणी आनंदानं वेगवेगळ्या पाककृती करण्यात मग्न झाल्याचे व्हिडिओ अनेकदा प्रसारित केले जातात. आयसिससाठी 'हुतात्मा' होणं ही सगळ्यात महत्त्वाची आणि पवित्र गोष्ट असल्याचं सातत्यानं सगळ्यांच्या मनावर ठसवलं जातं. यामुळे मृत्यूची भीती कुणाच्याच मनाला शिवतसुद्धा नाही. उलट, मृत्यूला कवटाळण्यासाठी ते आतूर होतात. मृत दहशतवाद्यांचे पूर्वीचे हसरे फोटो मुद्दाम प्रसारित केले जातात. हौतात्म्य पत्करून त्यांना कसलाच पश्चात्ताप करावा लागला नसणार, असं यातून ध्वनित करायचं असतं.

एकमेकांना मोठे संदेश पाठवण्यासाठी आयसिसमधले लोक इमेलचाही वापर करतात. इमेलद्वारे पाठवलेले संदेश गुप्तचर यंत्रणांना वाचणं शक्य असल्यामुळे, यासाठी खास क्लृप्ती वापरली जाते. असे संदेश गूढ भाषेत पाठवले जातात. ते मूळ स्वरूपात कसे आणायचे यासाठीची 'की' फक्त संबंधित लोकांकडेच असते. यामुळे इतर कुणाला त्यांचा अर्थ लावता येत नाही. तसंच हे संदेश नेमके कुणाला पाठवले आहेत हे गुप्तचर यंत्रणांना सहजासहजी ओळखता येऊ नये यासाठी हे संदेश एकाच वेळी शेकडो किंवा हजारो लोकांना इमेलनं पाठवले जातात. यामुळे नक्की कोण या संदेशांचा वापर करणार आहे हे हुडकणं खूप अवघड होऊन बसतं. पैशांची देवाणघेवाण करण्यासाठी आयसिस बहुतेक वेळा 'बिटकॉईन' किंवा 'डोजकॉईन' यांच्यासारख्या तंत्रज्ञानाचा वापर करते. या तंत्रज्ञानांद्वारे इंटरनेटवरून पैशांची आभासी देवाणघेवाण करता येते. म्हणजेच ही चलनं आपल्या नेहमीच्या चलनांसारखीच वापरता येतात. फरक इतकाच, की या चलनांचे व्यवहार समजून घेणं आणि त्यांच्यावर नियंत्रण प्रस्थापित करणं यंत्रणांना शक्य होत नाही. याचं कारण म्हणजे, ही चलनं इतर चलनांप्रमाणे प्रमाणित नसतात. त्यांच्यावर रिझर्व्ह बँकेसारख्या कुठल्याही मध्यवर्ती बँकेचं नियंत्रण नसतं. अलीकडच्या काळात आधीच रक्कम लोड केलेली क्रेडिट कार्ड्स वापरण्याचा प्रकारही आयसिस करतं. आयसिसच्या दृष्टीनं मोबाईल फोन्सचं महत्त्व तर खूपच आहे. एकमेकांशी संपर्क साधण्यापासून इंटरनेटचा वापर करण्यासाठी मोबाईल फोन्स त्यांना आवश्यकच आहेत. अर्थातच, मोबाईल फोन वापरला, की तो वापरकर्ता नक्की कुठं आहे याचा पत्ता लागू शकतो. हे टाळण्यासाठी 'स्नोडेन फोन' म्हणून ओळखला जाणारा विशिष्ट प्रकारचा एक अँड्रॉईड मोबाईल फोन आयसिसचे लोक वापरतात. या फोनचा वापर करणाऱ्या माणसाचं ठिकाण तसंच त्याच्याविषयीची इतर माहिती मिळवणं खूप अवघड असतं. तसंच या फोनमधली

माहिती अगदी सहजपणे कायमसाठी नष्ट करता येते. आपल्या शत्रूंपर्यंत पोहोचून त्यांना इजा करण्यासाठी आयसिस खोटी माहिती असलेली वेबपेजेस तयार करतं. यात आयसिसच्या विरोधातली माहिती असते. ती वाचण्यासाठी कुणी या वेबसाईटवर आलं आणि तिथल्या लिंक्सवर क्लिक केलं, की घात होतो. आयसिसनं या वेबसाईटवर पेरलेले व्हायरस या लिंकमधून संबंधित माणसाच्या संगणकात शिरतात आणि तो कुठून हा संगणक वापरतो आहे याची माहिती 'आयपी ॲड्रेस'च्या रूपानं आयसिसपर्यंत पोहोचते. यामुळे संबंधित माणसाचा साधारण ठावठिकाणा आयसिसला समजतो. याखेरीज इतर वेबसाईट्स हॅक करून तिथली माहिती हडप करणं आणि ती परत करण्याच्या मोबदल्यात खंडणी मिळवणं, असे प्रकारही आयसिस सर्रास करते.

आयसिस आणि भारत

पाकिस्तानपुरस्कृत दहशतवादाचा भारताला गेल्या अनेक वर्षांपासून फटका बसला आहे. या पार्श्वभूमीवर आयसिसकडून भारताला नक्की कशा प्रकारचे धोके संभवतात?

पूर्वीच्या काळापासून जिथे जिथे मुसलमान लोकांची सत्ता होती, अशा सगळ्या भूभागावर आयसिसला आपलं वर्चस्व निर्माण करायचं आहे. साहजिकच यात भारताचाही समावेश होतो. अर्थातच आयसिसची ही इच्छा प्रत्यक्षात आणणं अजिबातच सोपं नाही. तरीसुद्धा किमान दहशतवादी हल्ले करून भारतामध्ये भीती पसरवण्याचे आणि प्रचंड--?-? मनुष्यहानी घडवून आणण्याचे प्रकार आयसिस नक्कीच करू शकतं. ढोबळमानानं आयसिसकडे यासाठी दोन मार्ग आहेत :

(१) इराकपासून पुढे मजल मारत भारतापर्यंत आयसिस आपल्या फौजा पाठवण्याचा प्रयत्न करू शकतं. याचाच अर्थ, इराक ते भारत यांमधल्या सगळ्या भौगोलिक भागांमध्ये घुसून आयसिसला त्यांच्यावर आधी कब्जा करावा लागेल. त्यानंतर या प्रदेशांसकट भारतावर आयसिसला आपलं वर्चस्व निर्माण करावं लागेल. म्हणजेच ढोबळमानानं इराण, अफगाणिस्तान, पाकिस्तान असा यशस्वी प्रवास करत आयसिसला भारतापर्यंत यावं लागेल. शियांच्या कट्टर विरोधात असलेल्या आयसिसला शियाबहुल इराणमध्ये घुसून इराणला नमवणंच मुळात खूप कठीण आहे. तसंच इराणच्या मदतीला रशिया असल्यामुळे इराणवर आयसिसचं वर्चस्व निर्माण होणं जवळपास अशक्य आहे. म्हणजेच या मार्गानं आयसिस पुढे येणं खूप कठीण आहे. इराणनंतरच्या अफगाणिस्तानची अवस्था सध्या पार खिळखिळी झालेली असली, तरी अफगाणिस्तानमध्ये अमेरिकी आणि नाटो फौजा तैनात असल्यामुळे त्यांना भेदून पुढे जाणं आयसिसला शक्य नाही. तसंच

तालिबानचा अफगाणिस्तानमध्ये अजूनही प्रभाव आहे. तालिबान आणि आयसिस यांचं एकमेकांशी वाकडं आहे. साहजिकच तालिबानला पराभूत करून पुढे येणंही आयसिसच्या दृष्टीनं अत्यंत अवघड आहे. यानंतर पाकिस्तान येतं. पाकिस्तानचा अतिरेक्यांना उघड आणि छुपा पाठिंबा असला, तरी आयसिसकडे आपल्या देशाची सूत्रं देणं पाकिस्तानला अजिबात मान्य होणार नाही. शिवाय, पाकिस्तानमध्येच इतक्या निरनिराळ्या दहशतवादी संघटना कार्यरत आहेत, की त्यांना आयसिसला डोईजड होऊ देणं परवडण्यासारखं नाही. भारतीय लष्कराची ताकद १३.५० लाख सैनिकांची, म्हणजेच अत्यंत भरभक्कम आहे. या तुलनेनं आयसिसकडे २ लाख दहशतवादी आहेत.

(२) या मार्गात आयसिस भारतामध्ये किंवा भारताजवळच्या भागात आपली 'शाखा' उघडून भारतामध्ये दहशतवाद पसरवण्यासाठी प्रयत्न करेल. अलीकडच्या काळात आयसिसनं बांगलादेशामध्ये यशस्वी हल्ले घडवून आणल्याची घोषणा केली. अर्थात, बांगलादेश सरकारनं याचा इन्कार केला असला, तरी आयसिस लवकरच भारताभोवती आपला फास आवळण्याचा प्रयत्न करण्याची दाट शक्यता अजिबात नाकारता येत नाही. यासाठी भारतामध्ये भडक माथ्याच्या युवकांना भडकवण्याचे प्रकार जोरात सुरू आहेत. सोशल मीडिया आणि इंटरनेट यांचा वापर यात मोठ्या प्रमाणावर होतो. खास करून भारतामध्ये मुस्लिम समाजाला दुय्यम स्थान दिलं जातं आणि म्हणूनच खऱ्या मुस्लिमानं या विरोधात पेटून उठलं पाहिजे आणि आयसिसला साथ देत याचा बदला घेतला पाहिजे, असा अपप्रचार केला जातो. ठिकठिकाणी आयसिसच्या कामात सहभागी होण्यासाठी निघालेल्या युवकांना अटक करण्याच्या घटना वाढीला लागल्या आहेत. अर्थात, काही महिन्यांपूर्वी प्रसारित झालेल्या बातम्यांनुसार भारतीय युवकांना आयसिस खरे योद्धे मानत नाही. भारतीयांमध्ये खरी लढाई करण्याची ताकद नाही, असं आयसिस म्हणते. म्हणूनच भारतीयांना सीरिया आणि इराक इथल्या युद्धभूमीवर न धाडता, त्यांना मानवी बॉम्ब म्हणून वापरणं आयसिस पसंत करते, असं म्हटलं जातं.

हे धोके कमी करण्यासाठी सरकारनं अर्थातच भारतामधल्या भडकणाऱ्या वातावरणाला शांत करण्याचे प्रयत्न केले पाहिजेत. सर्वधर्मसमभावाची शिकवण खरोखर आचरणात आणणं अशा परिस्थितीत अतिशय महत्त्वाचं आहे. भारताच्या राज्यघटनेत 'सेक्युलॅरिझम'चा मुद्दा होता का, यावरून लांबलचक चर्चा करण्यापेक्षा, भारतामधला तरुण भडक प्रचाराला बळी पडू नये यासाठी काय केलं पाहिजे, हा खरा मुद्दा बनवला पाहिजे. भारतामध्ये आयसिसचं थैमान माजू नये यासाठी हे अत्यंत गरजेचं आहे.

भारतावर हल्ला करण्याचा आयसिसचा आणखी एक उद्देश या लढ्यात

अमेरिकेला उतरवण्याचा असू शकतो, असं २०१५ सालच्या जुलै महिन्यात गुप्तचर संस्थांनी मिळवलेल्या उर्दू भाषेतल्या कागदपत्रांवरून दिसून येतं. म्हणजेच भारतामध्ये नुकसान घडवून तर आणायचंच; पण याखेरीज 'भारताचा अलीकडच्या काळातला मित्र' या नात्यानं अमेरिकेनं भारताच्या मदतीला धावून जावं आणि पर्यायानं आयसिसच्या विरोधात थेट लढाईत उतरावं, अशी आयसिसची इच्छा आहे. यामुळे अमेरिकेला इराक आणि अफगाणिस्तान इथल्या युद्धांप्रमाणे खूप कठीण लढाई लढावी लागू शकेल आणि कदाचित तिच्यावर नामुष्कीचीही वेळ येऊ शकते.

म्हणूनच भारतानं लष्करी आणि आंतरराष्ट्रीय राजकारणाच्या बाबतीत कणखर भूमिका स्वीकारायचं ठरवलं, तरी विनाकारण आयसिसचा राग ओढवून घेण्याची चूकही करता कामा नये. म्हणजेच विनाकारण सीरियामधल्या युद्धात पडणं किंवा अमेरिकेच्या आर्थिक मदतीच्या मोबदल्यात तिच्या राजकीय धोरणांना पाठिंबा देणं, अशा प्रकारचे निर्णय भारताला पार गोत्यात आणू शकतात. शक्य तिथं त्रयस्थ भूमिका स्वीकारणं आणि आपल्या हितांचा आधी विचार करणं भारताच्या दृष्टीनं अत्यंत महत्त्वाचं आहे.

समारोप

'आयसिस' या जगभरात दहशत निर्माण करणाऱ्या संघटनेचं पुढे नक्की काय होईल हे सांगणं कठीण आहे. कदाचित आपोआपच ती क्षीण होईल; किंवा तिच्या विरोधात उभ्या ठाकलेल्या महासत्तांमुळे तिला नमतं घ्यावं लागेल. कदाचित या महासत्तांच्या नव्या चुकांमुळे आयसिस अजून मजबूत होत जाईल आणि सगळ्या जगाला दहशतवादाच्या नव्या भीतिदायक युगात घेऊन जाईल. भारतालाही याचा जोरदार तडाखा बसू शकतो.

मुळात आयसिस ही एक प्रवृत्ती आहे आणि तिला खतपाणी घालण्याचं काम आता तिच्या विरोधात उभ्या ठाकलेल्या सत्तांनीच केलं आहे, हे लक्षात घेतलं पाहिजे. ३ डिसेंबर २०१५ या दिवशी इंग्लंडनंही आयसिसवर हवाई हल्ले सुरू केले. याच्या काही महिने आधी माजी ब्रिटिश पंतप्रधान टोनी ब्लेयरनं, इराकवर आक्रमण करण्यात आम्ही चूक केली होती, अशी कबुली दिली. म्हणजेच आयसिसच्या निर्मितीला एकप्रकारे आपण हातभार लावला असल्याचीच ही कबुली होती.

'इस्लामी दहशतवाद' यासारख्या संज्ञांचा वापर करून दहशतवादाला धार्मिक रंग देणं सोपं आहे; पण मुळात हा दहशतवाद का जन्मला हे समजून घेणं जास्त महत्त्वाचं आहे. तेच करण्याचा प्रयत्न या छोट्या पुस्तकाद्वारे केला आहे.

संदर्भ सूची

क्र.	पुस्तक/संदर्भ	लेखक	प्रकाशक
1	The Rise of Islamic State: ISIS and the New Sunni Revolution	Patrick Cockcurn	LeftWord Books
2	A History of the Modern Middle East (Fourth Edition)	William L Cleveland and Martin Bunton	Westview Press
3	Messi of the Mosque (Article)	Pranay Sharma	Outlook Magazine, 30 Nov. 2015 Issue
4	Islamic State: Rewriting History	Michael Griffin	Pluto Press
5	Islamic State: A Brief Introduction	Charles R Lister	Harper Collins Puclishers, India
6	Islamic State: The Digital Caliphate	Acdel Bari Atwan	Saqi
7	After the Prophet: The Epic Story of the Shia-Sunni Split	Lesley Hazleton	First Anchor Books
8	The First Muslim: The Story of Muhammad	Lesley Hazleton	Atlantic Books
9	Muhammad: Prophet for Our Time	Karen Armstrong	Harper Perennial
10	The Complete Illustrated Guide to Islam	Raana Bokhari and Mohammad Seddon	Hermes House
11	Overthrow: America's Century of Regime Change from Hawaii to Iraq	Stephen Kinzer	Times Books, Henry Holt and Company, New York
12	Khomeini's Ghost	Con Coughlin	Pan Books

अतुल कहाते

१. एमबीए पदवीधर; माहिती तंत्रज्ञान क्षेत्रात सिंटेल, अमेरिकन एक्स्प्रेस, डॉयचे बँक, लार्सन अँड टुब्रो इन्फोटेक, ओरॅकल या कंपन्यांमध्ये १७ हून जास्त वर्षांचा अनुभव.

२. सिंबायोसिस आणि पुणे विद्यापीठाच्या अनेक महाविद्यालयांमध्ये संगणशास्त्र शिकवण्याचा अनुभव.

३. मॅकग्रॉ-हिल आणि पियरसनतर्फे भारतात आणि जगभरही वापरली जाणारी कम्प्युटरविषयीची २० पाठ्यपुस्तकं, काहींच्या आंतरराष्ट्रीय आवृत्त्या आणि चिनी भाषेत अनुवाद. किमान विद्यापीठांमध्ये पाठ्यपुस्तक म्हणून वापर.

४. 'क्रिप्टोग्राफी अँड नेटवर्क सिक्युरिटी' पुस्तकाच्या सवा लाखाहून अधिक प्रतींची विक्री.

५. मराठीमध्ये 'आयटीतच जायचंय' (तंत्रज्ञान), 'कहाणी फ्ल्यूची' (वैद्यकशास्त्र), 'गुलाम' (इतिहास), 'बोर्डरूम' (व्यवस्थापन), 'च ची भाषा' (इतिहास आणि तंत्रज्ञान), 'महामंदीच्या उंबरठ्यावर' (अर्थशास्त्र), 'स्टीव्ह जॉब्ज' (चरित्र), 'फिडेल कॅस्ट्रो' (चरित्र), 'गुगल' (व्यवस्थापन), 'फेसबुक' (व्यवस्थापन), 'ॲमॅझॉन' (व्यवस्थापन), 'महामंदीतून सुटका' (अर्थशास्त्र), 'नेल्सन मंडेला' (चरित्र), 'रहस्य वंशवेलीचे' (जेनेटिक्स), 'बखर इंटरनेटची' (तंत्रज्ञान), 'बखर मोबाईल फोनची' (तंत्रज्ञान), 'अणुबॉम्ब' (विज्ञान), 'अणुऊर्जा' (विज्ञान), 'आयटी गाथा' (तंत्रज्ञान), 'तंत्रज्ञानाचा ओव्हरलोड' (वैचारिक), 'पॅलेस्टाईन-इस्रायल' (राजकारण), 'वॉरन बफे' (चरित्र), 'इंटरनेट वापरातील धोके टाळण्यासाठी' (तंत्रज्ञान), 'बिल गेट्स' (तंत्रज्ञान), 'ट्विटर' (तंत्रज्ञान) अशी पुस्तकं; 'साईना नेलवालचं आत्मचरित्र' या पुस्तकाचा मराठी अनुवाद.

६. क्रिकेटवर 'मुश्ताक अली' आणि 'महाराष्ट्र इन रणजी ट्रॉफी', 'क्रिकेट कसे खेळावं?' (सर डॉन ब्रॅडमनच्या पुस्तकाचा अनुवाद) ही पुस्तकं.

७. वयाच्या बाराव्या वर्षापासून वर्तमानपत्रांमध्ये लिखाण – लोकसत्ता, लोकप्रभा, महाराष्ट्र टाइम्स, सकाळ, साप्ताहिक सकाळ, लोकमत, दिव्य मराठी, प्रहार, साधना, केसरी, तरुण भारत, सामना अशा सगळ्या मराठी वृत्तपत्रांमधून/ मासिकांमधून ४००० च्या वर लेख प्रकाशित, आणि 'कहाणी इंटरनेटची', 'तंत्रमंत्र', 'कहाणी बिनतारी संदेशवहनाची', 'बखर संगणकाची', 'वैद्यकायन', 'विज्ञानवाद', 'क्रिकेटच्या नियमांमधल्या गमतीजमती', 'क्रिकेट गमती', 'प्राणिजगत', 'क्रिकेटनामा' इत्यादी सदरं प्रकाशित.

८. दूरदर्शन (सह्याद्री चॅनेल), आयबीएन लोकमत, एबीपी माझा, झी २४ तास, साम, जय महाराष्ट्र या टीव्ही चॅनेल्सवर अनेक कार्यक्रम.

९. इंद्रधनू–महाराष्ट्र टाइम्स, कम्प्युटर सोसायटी ऑफ इंडिया, इंदिरा एक्सलन्स अ‍ॅवॉर्ड, महाराष्ट्र साहित्य परिषदेचा ग्रंथकार पुरस्कार, पुणे मराठी ग्रंथालयाचा वीर सावरकर पुरस्कार, गुणवंत समाजसेवक पुरस्कार असे अनेक पुरस्कार.

पत्ता : ३०४ लुणावत क्लासिक,
आयसीएस कॉलनी, भोसलेनगर,
विद्यापीठ रस्ता, पुणे ४११ ००७.
वेबसाईट : www.akahate.com
इमेल : akahate@gmail.com
मोबाईल: ९३७२४११८४५